ருசி

பிரபஞ்சன்

டிஸ்கவரி பப்ளிகேஷன்ஸ்
எண்: 9, பிளாட் எண்: 1080A, ரோஹிணி பிளாட்ஸ்
முனுசாமி சாலை, கே.கே.நகர் மேற்கு,
சென்னை - 600 078. பேச: 99404 46650

வெளியீட்டு எண்: 0127

ருசி (சிறுகதைகள்)
ஆசிரியர்: **பிரபஞ்சன்**
பிரபஞ்சன் அறக்கட்டளை©

RUCHI
Author: **Prapanchan** ©

Discovery 1st Edition : Sep - 2023
160 Pages
Print in India
ISBN: 978-93-91994-84-6
Rs.220

Publisher • Sales Rights

Discovery Publications	**Discovery Book Palace (P) Ltd**
No. 9, Plot,1080A, Rohini Flats, Munusamy Salai, K.K.Nagar West, Chennai - 78. Tamilnadu, India. Mobile: +91 99404 46650	No. 1055-B, Munusamy Salai, K.K.Nagar West, Chennai-600 078. Ph: (044) 4855 7525 Mobile: +91 87545 07070

discoverybookpalace@gmail.com / www.discoverybookpalace.com

இந்த நூலில் பிரசுரமாகியுள்ள எந்த ஒரு பகுதியையும் எழுத்துபூர்வமான முன்அனுமதி பெறாமல் எடுத்தாள்வதோ, மறுபிரசுரம் செய்வதோ, மொழியாக்கம் செய்வதோ, ஊடகங்களில் மறுபதிப்புச் செய்வதோ, காப்புரிமைச் சட்டப்படி தடை செய்யப்பட்டுள்ளது. இந்த நூலிலிருந்து சில பகுதிகளை மேற்கோள்காட்டி நூல்அறிமுகம் செய்யலாம்.

உங்கள் மொபைல் போனிலிருந்து ஸ்கேன் செய்து 'டிஸ்கவரி புக் பேலஸ்' மொபைல் ஆப்பை டவுன்லோடு செய்து, புத்தகங்களை வாங்குங்கள்.

பதிப்புரை

பிரபஞ்சன் எனும் புனைபெயரில் எழுதிய சாரங்கபாணி வைத்திலிங்கம், பிரஞ்சியர் ஆண்ட புதுச்சேரியில் 27.04.1945ல் பிறந்தவர். பள்ளிக் கல்வியைப் புதுச்சேரியிலும், தஞ்சைக் கரந்தைத் தமிழ்ச் சங்கத்தில் புலவர் கல்வியும் கற்றவர்.

1961ஆம் ஆண்டு அவரது முதல் கதை பிரசுரம் கண்டது. 2017 வரை அவர் எழுதிய சிறுகதைகளில் 15 கதைகள் தேர்ந்தெடுக்கப்பட்டு 'ருசி' எனும் தொகுதியாக இப்போது வெளிவருகிறது.

பிரபஞ்சன் கதைகள், மானுட மகத்துவம் பேசுபவை. சாதாரண மனிதருக்குள் புதைந்து கிடக்கும் பரிவை, அருளை, நியாய உணர்வை, ஒரு சினேகிதனின் நெகிழ்ந்த தொனியில் சொல்பவை. ஊற்றுநீர்போலக் கனிந்து, சந்தர்ப்பங்களில் வெளிப்படும் மனிதர்களின் அரிய மானுடத் தருணங்களை இனம்கண்டு, கலாபூர்வமாக விளம்புபவை அவரது கதைகள். பகை, வெறுப்பு, துவேஷம் எதுவுமற்ற மனம் கொண்ட ஈரத் தமிழ்க் கதைசொல்லியான பிரபஞ்சன், தன் காலத்துப் புனைவைச் செழுமைப்படுத்திய எழுத்தாளர். வரலாற்று நாவல் துறையில் ஒரு புதிய பாதை வகுத்தவர்.

கட்டுரைகள், நாடகம் என சமூக இலக்கியத்துறையில் தொடர்ந்து இயங்கிவந்த பிரபஞ்சன் 21.12.2018ல் மறைந்தார்.

தமிழ் இலக்கியத்தில் பிரபஞ்சனின் எழுத்துகள் பொக்கிஷங்களாகப் பாதுகாக்கப்பட வேண்டும். அவரின் சிறுகதைகளை 'டிஸ்கவரி பப்ளிகேஷன்ஸ்' நிறுவனம் மூலமாக வெளியிடுவதில் பெருமை கொள்கிறோம்.

- மு.வேடியப்பன்

(2017ஆம் ஆண்டு பிரபஞ்சன் எழுதிய முன்னுரை)

நான் நிறைவுகொள்ளும் நாள் இது

சிறுகதை என்கிற வடிவம் மிகவும் அழகியது. நுணுக்கமும் ஆழமும் கூடி வாழ்வைத் துலக்கமுற உரைப்பது சிறுகதை. வாழ்வையும், வாழ நேர்ந்த மனிதர்களின் அசலான பிம்பத்தை மிகக் குறுகிய பக்கங்களிலும் வார்த்தைகளிலும் சொல்லிவிடக்கூடிய வடிவமும் அதுவே ஆகும்.

ஒரு மொழியின் பெருமைகளில் ஒன்று கதை. கதைகளை உடைய மொழிகள், காலத்தைக் கைப்பிடித்து யுகங்கள் தாண்டியும் மனிதகுலத்தை அடுத்த பரிமாணத்துக்குக் கொண்டு சேர்க்கின்றன. கதைகள் கதைகளாக மட்டுமே இருந்து பல உள் வினைகள் ஆற்றுகின்றன. அது எதையேனும் சொல்லிக்கொண்டு நிற்கிறதா? இல்லை... அது ஓடிக்கொண்டே இருக்கிறது. ஆனால், அது பேசிக்கொண்டும் இருக்கிறது. நாம் கேட்க நம்மைச் சித்தப்படுத்திக்கொண்டால், ஆற்றிடமிருந்து நிறைய விஷயங்கள் நம்மால் நிரப்பிக்கொள்ள முடியும். நல்ல கதை என்பது ஆறு போன்றது. கதைகள் எப்போதும் இறந்தகாலத்திலேயே சொல்லப்படுகின்றன.

ஏன் எனில், இது இவ்வாறு நிகழ்ந்தது என்பதைக் கதை சொல்கிறது. ஆகவே, கதைகள் இறந்தகாலத்தில் நிகழ்கின்றன. இறந்தகாலம் என்றால், இல்லாமலே ஆன காலம் என்று அர்த்தம் ஆகாது. (தமிழ் இலக்கணம், இறந்ததைத் தழுவி எச்சத்தையும் பார்க்கச் சொல்கிறது.)

நினைவுக் கிடங்கிலிருந்து வெளிவரும் ஒரு சம்பவம் சொற்களாகவே வெளியே வருகிறது. பதிந்துபோயிருந்த அந்தச் சம்பவம் 'நேற்று' நடந்தது. முடிந்ததா என்றால், இல்லை. எதுவும் முடிந்துபோவது இல்லை. முடிந்தது என்று நாம் நினைப்பது ஏதோ ஒரு உருவில் இன்றும் தொடர்கிறது; நாளையும் தொடரும். ஆக, கதைகள் மூன்று காலத்தையும் உள்ளடக்கியவை. அ-காலம் என்று ஒன்றையும் உள் கொண்டது கதை.

எழுதப்பட்ட காலத்திலும் அது கடந்தும் கதைகள் பேசிக்கொண்டே இருக்கின்றன. சங்க வாசகனுக்குத் தொனித்த ஒரு கதை, சோழர் காலத்து வாசகனுக்கு வந்து சேரும்போது, புது அர்த்தம் கொள்கிறது. இன்றைய வாசகனுக்கு, அது இன்னுமொரு அனுபவத்தைத் தரக் காத்திருக்கிறது.

இலக்கியத்தின் தன்மை என்பது இதுதான். நல்ல படைப்பிலக்கியம் காலம் கடந்து ஜீவித்துக்கொண்டே இருப்பதன் சூட்சுமம் இதுதான்.

நல்ல விஷயமாக என் பள்ளிப்பருவக் காலத்திலேயே புதுமைப்பித்தன் கதைகள் வாசிக்கும் நிலை வாய்த்தது. கல்லூரிக் காலத்தில் தி.ஜானகிராமனை, எம்.வி.வெங்கட்ராமனை வாசிக்கவும், சந்தித்து உரையாடவும், நட்புக் கொள்ளவுமான வாய்ப்புகள் கிடைத்தன. தஞ்சை பிரகாஷின் மாபெரும் நூலகம் வாசிக்கக் கிடைத்தது, என் பேறு.

புதுச்சேரியில், இன்று ரோமென்ட் ரோலன் என்ற பெயரில் இயங்கும், அருமையான நூலகத்தில் இருந்த பிரஞ்ச் மற்றும் ரஷ்ய இலக்கியங்களின் தமிழ் மொழிபெயர்ப்புகள், படைப்பிலக்கியத்தின் பல சாகைகளை, பல கோணங்களை, பல பார்வைகளை எனக்கு அளித்தன. 'தொடர்ந்த வாசிப்பு, எழுதுபவர்களுக்கு இருக்க வேண்டியது மிக அவசியம்' என்று வாழ்நாள் முழுக்க சொல்லிக்கொண்டே இருந்தார் க.நா.சு.

அதேபோல, 'தொடர்ந்து எழுதிக்கொண்டும் இருக்க வேண்டும்' என்பார் க.நா.சு. 'தொடர்ந்து தினம்தோறும் எப்படி எழுத முடியும்?' என்று, அவர் புதுவை பல்கலையில் பணிசெய்ய வந்திருந்தபோது கேட்டேன். உடனே அவர், 'முடியாதுதான்... முடியாதபோது, மொழிபெயர்ப்பு செய்யுங்கள்!' என்றார். மொழி ஆக்கம் மூலம், அவர் தமிழுக்குச் செய்த பணியைத் தமிழர்கள் மறக்கக் கூடாது.

1961-ல் என் எழுத்து பிரசுரம் கண்டாலும், 1970-களுக்குப் பிறகே சிறுகதைகள் எழுதுவதில் நான் ஈடுபட்டேன். இத்தனை ஆண்டுகளில் உங்கள் கைகளில் உள்ள கதைகளை என்னால் எழுத முடிந்துள்ளது.

2017-வரை நான் எழுதியிருக்கும் கதைகளின் ஒரு தொகுதி இது. நூல் உருவாக்கத்தில் உழைப்பை நல்கியதோடு, இந்தத் தொகுதிகளை அழகாகவும் செறிவாகவும் வெளியிட்டிருக்கும்,

நண்பர் திரு.மு.வேடியப்பன் அவர்களுக்கு இந்த நேரத்தில் என் மனம் நிறைந்த நன்றியையும் அன்பையும் தெரிவித்துக் கொள்கிறேன்.

இந்தத் தொகுப்புகள் வெளிவந்த இன்று என் 73 வயதில் பிரவேசிக்கிறேன். 27.04.1945-ல் பிறந்து, 1961 முதல் 55 ஆண்டுகளாக எழுதிக்கொண்டிருக்கும் என் மேல் தமிழ்கூறும் நல்லுலகம், நண்பர்கள், வாசகர்கள் கொண்டிருக்கும் அன்பை, நட்பை அவர்கள் இணைந்து நடத்தும் என் பாராட்டு / நூல் வெளியீட்டு / பரிசளிப்பு விழா நிகழ்ச்சிகள் எனக்கு மன நிறைவைத் தருகின்றன. இதற்கென உழைத்த என் அன்பு இலக்கிய உலக வாசகர்களை நினைக்கையில் என் மனம் ஈரம் கொள்கிறது. தமிழர்கள், தம்மை நேசிக்கும் இன்னொரு தமிழனை எப்போதும் நினைவு கொள்வார்கள் என்பது மீண்டும் நிரூபணம் ஆகி இருக்கிறது. என்னைப் பாராட்டுவது என்பது, இப்போது எழுதத் தொடங்கி இருக்கும் எழுத்தாளர்களைக் கௌரவிப்பது என்றே பொருள் கொள்ள வேண்டும்.

என் அன்பு வாசகர்கள் காலந்தோறும் தோன்றிவரும் கலைஞர்கள் எழுத்தாளர்களைக் கௌரவித்தபடி இருக்க வேண்டும் என்பதே நான் கூற விரும்பும் இந்த நாள் செய்தியாகும். தேவையான நேரம் அளவாகப் பெய்யும் மழையாக நாம் இருப்போம்.

சென்னை - தமிழ்நாடு
2017

தோழமையுடன்,
பிரபஞ்சன்

பொருளடக்கம்

1. இப்ராஹிம் என்கிற வள்ளல் 09
2. கல்யாண அழைப்பும் கால் பவுன் காசும் 22
3. குயில் 33
4. சகோதரர் அன்றோ? 39
5. சம பந்தி 45
6. சூலி 56
7. நீதி 65
8. பண்பும் பயனும் அது 73
9. பதவி 83
10. மாப்பிள்ளை பொம்மை 93
11. அணிலாடு முன்றில் 101
12. உஞற்றுபவர் 119
13. மக்களின் கதை அல்லது லாராவின் கதை 128
14. வனம் போனவன் கதை 137
15. ருசி 151

இப்ராஹிம் என்கிற வள்ளல்

மஹ்ஜபீன், தெருவே வந்து திண்ணைத் தூணில் சாய்ந்துகொண்டு, வீதியை வேடிக்கை பார்த்துக்கொண்டு நின்றாள். தெருவில் இன்னும் வெயில் விழவில்லை. வீட்டுக் கூரைகளில் முடங்கி நிழல் விழுந்து தெருவே குளிர்ச்சிப்பட்டு இருந்தது. எதிர்வீட்டு பக்கத்து வீட்டுச் சுலைமானும், அகமதும், மதரசாவுக்குப் புறப்பட்டுக்கொண்டிருந்தார்கள். அட்டை போட்ட புஸ்தகத்தை கையில் வைத்திருந்தார்கள். கீழே கைலியும், மேலே சட்டையும் தலையில் தொப்பியும் அணிந்திருந்தார்கள்.

"என்னடா, சுலைமான் அகமது புது புஸ்தகமாக்கும்? எங்கே அக்காகிட்டே காட்டு..."

இருவரும் ஓடி வந்து போட்டி போட்டுக்கொண்டு தங்கள் புஸ்தகங்களை மஹ்ஜபீனிடம் கொடுத்தார்கள். ஆசை ஆசையாக, அவள் வலப்புறமிருந்து ஒவ்வொரு கூடாகப் புரட்டிப் பார்த்தாள். தங்க ரேகை மினுக்க அழகாக அச்சிடப்பட்டிருந்தது. இது மாதிரி புஸ்தகத்தை அவள் பார்த்தது இல்லையே. அத்தாவிடமும் கித்தாப் இருக்கிறது. அது ரொம்பவும் பழசு. கைப்பட்டுப் பட்டு, திட்டுத் திட்டாக அழுக்கேறிக் கிடக்கிற அது. அத்தாவுக்கு அப்பா கொடுத்ததாம் அது.

"உம்மா, மாமாவிடமும் சொல்லிவிட்டு, கீழக்கரையிலிருந்து கொண்டு வந்தது. எனக்கு, அம்மதுக்கும்."

"அப்புறமா, எனக்குப் படிக்கத் தருவியா"

"செரி,"

பையன்கள் இருவரும், பள்ளிக்கூடம் போவதையே பார்த்துக்கொண்டு நின்றிருந்தாள் மஹ்ஜபீன்.

பள்ளிவாசலில் தொழுதுவிட்டு திரும்பிக் கொண்டிருந்தார்கள் சிலர். எதிர்வீட்டில், ஜமிலா அக்கா, குழந்தைக்குச் சோறு ஊட்டிக்கொண்டிருந்தாள். கதவு மறைப்பில் நின்று வேடிக்கை பார்த்துக்கொண்டு நின்றிருந்த ஜமிலா அக்கா பார்வையில் மஹ்ஜபீன் பட்டாள். அக்கா சிரித்தாள்.

"சாப்பிட்டையா?" என்றாள் சைகையில்.

"இனிமேல்தான்" என்றாள் மஹ்ஜபீன்.

வலப்பக்கம் பார்த்தாள்.

இப்ராஹிம் வந்துகொண்டிருந்தார். கையில் ஒரு பெரிய திருவோடு.

ஒவ்வொரு வீட்டு வாயிலிலும் அவர் நின்றார். "அஸ்ஸலாமு அலைக்கும்" என்று வீட்டுக்குள் பார்த்துக் குரல் கொடுத்தார். யாரேனும் தெருவே வந்தால் "பள்ளிக்கூடம் கட்ட உதவி புரியுங்கள், மகா ஜனங்களே... பள்ளிக்கூடம் ஒன்று கட்ட வேணும்... உதவி புரியுங்கள்..." என்று சோற்றுக்குப் பிச்சை கேட்பது மாதிரி, வந்துகொண்டிருந்தார் இப்ராஹிம்.

மஹ்ஜபீன், "வாப்பா... உம்மா... இப்ராஹிம் மாமா வர்றாங்க..." என்று குரல் கொடுத்துக்கொண்டே உள்ளே ஓடினாள். வாப்பா கொடியில் தொங்கின துண்டை எடுத்துப் போர்த்திக்கொண்டார். பெட்டியில் இருந்த காசுகளைத் திரட்டி எடுத்துக்கொண்டு வெளியே வந்தார். உம்மாவும், உம்மாவோடு மஹ்ஜபீனும் தெருவுக்கு வந்து கொஞ்சம் உள்ளடங்கி நின்றார்கள்.

இப்ராஹிம் மஹ்ஜபீன் வீட்டுக்கு எதிரில் வந்து நின்றார்.

"அஸ்ஸலாமு அலைக்கும்... பள்ளிக்கூடம் கட்ட வேணும் என்று முடிவாகி இருக்கிறது. உதவி புரிய வேணும்..."

"அலைக்கும் சலாம்" என்றார் வாப்பா. அவருடைய மூக்கு விடைத்தது.

"இப்ராஹிம் இதென்ன கோலம்? அதுவும் திருவோடு எடுத்துக்கொண்டு நீரே தெருவில் வர வேண்டுமா" என்று கண்ணீர் வரச் சொல்லிக்கொண்டு காசுகளைத் திருவோட்டில் இட்டார்.

உம்மா தலையைப் போர்த்துக்கொண்டு இப்ராஹிம் முன்னால் வந்து நின்றாள்.

"தம்பி இதென்ன கோலம். எல்லாரும் வந்து சொன்னாக, நான் நம்பலை. என்ன இருந்தாலும், நீங்க இப்படி ஓடு எடுத்துக்கிட்டு தெருவே வரலாமா...? போகட்டும் கொஞ்சம் உள்ளே வரணும். சித்தே நாழி இருந்தாபோதும். காலைப் பலகாரத்துக்கு பாச்சோறு பண்ணி இருக்கேன். ரெண்டு வாய் சாப்பிட்டு, பிறகே போகலாம். இப்படி தெருத் தெருவா போறீயளே..."

உம்மா அழுததைக் கண்டு, மஹ்ஜபீனுக்கும் அழுகை வந்தது.

"லாத்தா அழ வேண்டாம். வெறும் சோற்றுக்கா நான் பிச்சை எடுக்கேன்... பள்ளிக்கூடம் கட்டத்தானே? நம் குழந்தைகள், நவீன படிப்பு படிச்சு, மற்றவங்களைப்போல வாழ வேணாமா? அதுக்காவத்தானே இது... பிச்சை எடுக்கிறதுகூட சில பேர் செய்தா அது உசந்தது லாத்தா. மகான்கள் ஞானிகள், சூஃபிகள் எல்லாரும் பிச்சை எடுத்திருக்காங்களே, லாத்தா..."

"சரி உள்ளே வாங்க... உண்டுட்டு போகலாம்..."

"இருக்கட்டும், என் லாத்தா வீட்டு உணவு என்றைக்கும் எனக்கு உள்ளதுதானே... இன்னும் நாலைந்து தெரு நான் போக வேணும். எனக்கு உத்தரவு கொடுக்கவேணும்..."

இப்ராஹிம், சலாம் பண்ணிக்கொண்டு நகர்ந்தார். வாப்பாவும், உம்மாவும் மனம் கசிந்து நிக்கறதைக் கண்டு விக்கித்து நின்றாள் மஹ்ஜபீன்.

அளவிலாக் கருணையாளனும், நிகரிலாக் கிருபையாளனுமான தெற்கு மேற்கு திசைகளின் அதிபதி, வானங்கள் பூமிகளின் படைபபாளனுமான வல்ல அல்லாஹ்வின் கருணை அன்றி வேறென்ன இருக்க முடியும்? இப்ராஹிம் அன்று ராத்திரி ஓர் கனவு கண்டார். 'திகுதிகு'வென்று எரிந்துகொண்டிருந்தது ஓர் அரளிச் செடி. ஒரு குரல் மிகத் தெளிவாக நீட்டி நீட்டி ஒவ்வோர் எழுத்தையும் சுவைத்துச் சுவைத்து, சொல்வதை அவர் காதுகொண்டு கேட்கிறார். "சீனா சென்றாகிலும் அறிவைத் தேடிக் கொள்ளுங்கள். அறிவு என்பது இறை நம்பிக்கையாளரின் தவறிப் போன பொருளாகும், தவறிப் போன பொருள் உடையவருக்கு மீண்டும் கிடைக்கும்போது அவர் எவ்வளவு மகிழ்ச்சியடைவார். கல்வி கற்கிற மகிழ்ச்சி அதற்குச் சமமானது. கல்விப் பயணம் என்பது உண்மையில் இறைப் பயணமே..." என்று ஓதுகிறது அந்த அற்புதக் குரல். அந்தக் காட்சி மறைய இசுலாமிய சிறுவர்கள், சிறுமிகள், கித்தாப்புகளோடு பள்ளிக்கூடம் போகிறார்கள். அங்கு அவர்கள் விஞ்ஞானம் அந்நிய மொழிகள் ஆகியவற்றைக் கற்கிறார்கள்."

இப்ராஹிம் எழுந்து அமர்கிறார். என்ன ஆச்சரியமான கனவு! தம் பக்கலில் உறங்கிக்கொண்டிருக்கும் தம் மனைவி ஆயிஷாவை எழுப்பினார். திடுக்கிடு விழித்த அந்த அம்மாள், “என்னங்க?” என்றாள். இப்ராஹிம் தன் கனவைச் சொன்னார்.

“பள்ளிக்கூடம் கட்டணும்னு சொன்னியளே, அதை அல்லாஹ் அங்கீகாரம் பண்ணி இருக்கார்... என்ன ஆச்சர்யம், ஆண்டவரே...”

விடியும் வரைக்கும் அவருக்குத் தூங்க முடியவில்லை. விடிந்ததும் பள்ளிவாசலுக்குப் போய் மனம் கசிந்தபடி தொழுகையை முடித்தார். பின்பற்றத் தகுதி வாய்ந்தவராக வாழும் இமாமைப் போய்ச் சந்தித்து தன் கனவைச் சொன்னார். இமாம், கசிந்து சொன்னார்.

“ஜனாப் இப்ராஹிம் நீர், புண்ணிம் செய்தவர். அல்லாஹ் உம்மை அங்கீகரித்து இருக்கிறார் என்பதைக் காட்டிலும், அல்லாஹ்வே, உம் மனசில் இத்தன்மையான அபிப்பிராயத்தையும் ஏற்படுத்தி, அதைக் காண்பித்தும் கொடுத்து இருக்கிறார். பள்ளிக்கூடம், பள்ளிக்கூடம் என்று பல காலமும் அடித்துக் கொள்வீரே, அது சுபமாக முடியும் என்று நம்பிக்கை கொள்ளும்.”

இப்ராஹிம் அத்துடன் நின்றுவிடவில்லை. மார்க்கத் தீர்ப்பு வழங்கும் அதிகாரம் பெற்ற அறிஞரான முஃப்தியிடமும் போனார். அவர் ஆனந்தம் அடைந்து சொன்னார்:

“அவன்தானே காரியம். காரியத்துக்குக் காரணமும் அவன்தானே. அவன் நினைக்கிறான். நம்போல் ஆட்களைத் தேர்வு செய்து நடப்பித்துக் கொள்கிறான். நல்லது, உம் அவா பூர்த்தி அடையும். எதற்கும் சமுதாயப் பெரியோர்களைக் கலந்து ஆலோசியும்.”

அந்தப் படியே, ஊர்ப் பெரிய மனிதர்களைக் கூட்டினார். ஜனாப் அபூபக்கர் சித்திக் மாப்பிள்ளை மரைக்காயர், சின்ன அல்தாயீ ஹாஜி குத்தூஸ்லெப்பை முதலான பெரியோர்களும், இமாமும்கூட அந்தக் கூட்டத்தில் பிரசன்னம் ஆகி இருந்தனர். எல்லோருக்கும் ஒரு சந்தேகம்தான்.

“ஜனாப் இப்ராஹிம்... உமது எண்ணத்திலோ, வாழ்க்கை ஒழுங்குகளிலோ எந்தப் பிசகையும் எவரும் காண முடியாது. ஹராம் என்று விலக்கப்பட்ட எதனையும் நீர் செய்தது இல்லை என்பது திண்ணம். தோல் மண்டி வைத்துக்கொண்டு, ரொம்பவும் பிரபல்யம் இல்லாமல் போனாலும் சுமாரான சுகஜீவனம்

பண்ணுகிறீர். பள்ளிக்கூடம் கட்ட பல ஆயிரம் ஆகுமே. என்ன பண்ணுவீர்?"

"ஜனாப் சித்திக் பெருமானே, இது சமுதாயக் காரியம். ஊர் கூடித் தேர் இழுக்க வேண்டும் என்று சொல்லடை சொல்வார்களே உங்களைப்போல பெரியவர்கள் சாமான்ய ஜனங்கள் எல்லோரும் உதவினால், எதுதான் ஆகாது. சிறு துளி பெருவெள்ளம் என்பதைத் தாங்கள் அறியாததா?"

"சரி, ரொம்ப சரி... நம் மார்க்கத்துக்கு என்று மதரஸாக்கள் இருக்கின்றனவே. அதுகளை என்ன பண்ணுவது?"

"அது அப்படியே இருக்கட்டும். நம் பிள்ளைகள், மார்க்கக் கல்வி பயிலட்டும். பயிலவும் வேணும். ஆனால் நவீன கல்வியை நம் பிள்ளைகள் கற்றால் அல்லவோ, முழுமையான இந்தியர்களாக அவர்களால் ஆக முடியும். எல்லா சாதியாரும் எல்லா மதத்தாரும் நவீன கல்வி கற்று மேல் நிலைமை அடைகையில், நம் பிள்ளைகள் கடைப் பையன்களாகவே எத்தனைக் காலம் இருப்பது? இருக்கலாமா என்பது பற்றி பெரியவர்கள் யோசிக்க வேண்டும்."

"இங்கிலீஷும், விஞ்ஞானமும் படிச்சால், நம் பிள்ளைகள் கெட்டு விடுவார்களோ என்று அச்சமாக இருக்கிறதே."

"அவ்வாறு நினைக்க எந்த நியாயமும் இல்லை மாப்பிள்ளை மலைக்கார்... அல்லாமா இக்பாலின் கவியை சொல்கிறேன் கேளுங்கள்."

"ஒவ்வொரு சௌகர்யமான உடல், சுகத்திலும் மறு மயக்கத்திலும் திளைத்திருக்கிறீர்கள்.

நீங்கள் முஸல்மான்களா? முஸ்லிமின் லட்சணம் இது தானா?

அலியைப் போன்ற ஏழ்மையையோ, உதுமானைப் போன்ற செல்வச் செழிப்பையோ ருசித்ததுண்டோ நீங்கள்?

முன்னோர்களோடு உங்களுக்கு ஆன்மிகத் தொடர்பு ஏதேனும் இருக்கிறதா.?

அவர்கள் முஸ்லிம்களாகச் சிறந்து, அக்காலத்தில் பெருமை பெற்றார்கள் நீங்களோ, குர்ஆனைப் புறக்கணித்துப் பாழாய்ப் போனீர்கள்..."

"மாப்பிள்ளை... முஸ்லிம்களின் எழுச்சிக்கு மாகவி இக்பால் விதை போட்டது மாதிரி அண்மைக் காலத்தில் அவர் எழுதினார்.

அந்த மேதையின் கவித்துவத்துக்கு அவருடைய ஆங்கிலம் தடை போடவில்லையே. மாறாக செழுமை அல்லவோ செய்தது. உண்மை முஸல்மான் அந்நிய நாகரிகத்தை அறிவை சிறகுகளாகக்கொண்டு பறப்பானே அன்றி ஆத்மாவை அடகு வைக்க மாட்டான். கிறிஸ்துவ பாதிரிகளைப் பாருங்கள். அரசாங்கத்தை ஆள்கிற வெள்ளைக்காரர்களுக்கு கீழ்ப்பட்ட உத்தியோகஸ்தர்களை அந்த பாதிரிகள் அல்லவோ தயார் பண்ணுகிறார்கள். எவ்வளவு பெரிய சேவை அது? அவர்கள் கல்வியில்தானே, அறிவியல் விஞ்ஞானம், தொழில் நுட்பம், மருத்துவம் பொறியியல் இருக்கிறது? எத்தனைக் காலம் நம் பிள்ளையைப் பொட்டலம் மடிக்க வைத்துப் பெருமைப் பேசப் போகிறோம்? யூனானியைப் பயில்பவர்கள் பயிலட்டும். மற்ற சாஸ்திரங்களையும் நம் பிள்ளைகள் பயிலத்தானே வேண்டும்? மாறிக்கொண்டு வருகிற உலகுக்கு ஏற்ப, நம் வாழ்க்கை முறையையும் நாம் மாற்றி அமைத்துக்கொள்ள வேண்டாமா? நபிகள் நாயகம், 'சீனாவுக்குப் போயும் அறிவைத் திரட்டுங்கள்' என்று மொழிந்தார்கள்? அரேபியா எங்கே... சீனா எங்கே? ஆயிரம் கல் தாண்டியும் அறிவைப் பெறுங்கள் என்று அவர்கள் சொன்னார்களே என்றால், கல்விமீது, நபிகளுக்கு இருந்த பற்றுதல்தான் என்ன?"

பெரியோர்கள் ஒரு மனதாக, இப்ராஹிமை ஒப்புக் கொண்டார்கள்.

"பெரும் செலவுக்கு என்னப் பண்ணப் போகிறீர்?"

"பிச்சை எடுக்கிறேன். எனக்காக என்றால் இழிவு. பொதுக் காரியத்துக்கு அது தகும்தானே.?"

இப்ராஹிம், புல்கட்டு மேடையைக் கடந்து, ராவுத்தர் தெருவில் திரும்பினார். ராவுத்தர் தெரு, அரிசி மண்டித் தெரு, மசூதித் தெரு, என்று மூன்று தெருவையும் இன்று காலை பார்த்துவிட வேண்டும் என்கிற முடிவில் வந்திருந்தார். அப்போதுதான், வகாப் பாய் அவர்க்கு முன் வந்து நின்று 'சலாம்' சொன்னார்.

இப்ராஹமும் 'சலாம்' சொன்னார். இப்ராஹிம் மனைவி ஆயிஷாவின் அத்தாவும், அவருக்கு மாமாவும் ஆன பெரிய தெருப் பட்டணம் காதிரு அவர்களின் காரியஸ்தர் வகாப் பாய்.

"வகாப் நலமாய் இருக்கீரா?"

"ஆண்டவன் விருப்பம். நல்லா இருக்கேன்"

"மாமா, உடல் நலம் எப்படி?"

“உங்கள் மாமாவுக்கு என்ன? இரும்பைக் கஷாயம் பண்ணி, தண்டவாளத்தை விழுங்குவார் உங்கள் மாமா. அவர் சௌக்யம்தான். உம்மைத்தான் கையோடு அழைச்சுக்கிட்டு வரச் சொன்னார். உம்மோடு அவசரமாக உரையாட வேண்டும்னு சொன்னார்.

“எனக்கு இன்னும் ரெண்டு தெரு இருக்கு ஓய்”

“அது கிடக்கட்டும். உம் மாமா, ரொம்ப ஜல்தியாய், உம்மைக் கையோடு அழைச்சுட்டு வரணும்னு சொன்னாக. தாமசம் பண்ணாமல் உடனே புறப்பட்டு என்னோட வருவீராக்கும்.”

மாமா அழைச்சு, போகாமல் இருந்தால் எப்படி? இப்ராஹீம் உடனே புறப்பட்டார்.

“மாமா எங்கே இருக்காக?”

“மண்டியிலே இருக்காக”

இப்ராஹிம் மண்டிக்கே நேராகச் சென்றார். மண்டியிலே திண்டில் சாய்ந்துகொண்டு இரவானத்தை முறைத்துப் பார்த்துக்கொண்டு அமர்ந்திருந்தார் காதிரு.

இப்ராஹிம் மாமாவுக்குச் ‘சலாம்’ பண்ணிக்கொண்டு நின்றார். காதிரு அவர் முகம் பார்க்காமலேயே, ‘சலாம்’ சொன்னார்.

“திண்டில் இரும்” என்றார் காதிரு.

இப்ராஹிம் திண்டில் அமர்ந்தார். திருவோட்டை, தன் முன்னால் பத்திரமாக வைத்தார்.

“மாமா என்னைக் காண வேணும்னு சொன்னீங்களாம்”

காதிரு, தன் உள்ளங்கையைத் தேய்த்துக்கொண்டார். பிறகு எங்கோ பார்த்துக்கொண்டு சொன்னார்.

“இப்ராஹிம் இப்படிப் பண்ணிப் போடுவீர்னு நான் கொஞ் சமும் எதிர்பார்க்கலை. சே... எவ்வளவு தலைக்குனிவு. பெரிய தெரு பட்டணம் காதிரு மாப்பிள்ளை... ஓடு எடுத்து பிச்சை எடுக்கிறார்னா என்ன தலைக்குனிவு? நான் செத்த பிறகு, இப்படிக் காரியம் நீர் பண்ணி இருக்கலாம். என் அருமை மகள் ‘ஆயிஷா’வோட புருஷன் பிச்சை எடுக்கிறார்? ரொம்ப நல்லா இருக்கு இப்ராஹிம்? இப்படி மானக்கேடு பண்ணிப் போட்டீரே. எப்படி நான் உடுத்துக்கொண்டு, கடைத்தெரு வழியா வீதியிலே நடப்பேன். என்ன அவமானம்? வல்ல அல்லாஹ்வே இன்னும் என்னை உயிரோடு வச்சிருக்கானே”

காதிரு தன் பாரியான உடம்பு குலுங்க திடீரென அழுதார்.

"மாமா" என்று பதறினார் இப்ராஹிம்.

"என்னை இப்படி அழ வைச்சுட்டீரே? இந்த கடைத் தெருவிலே, முதலாளின்னு திண்டு போட்டு, சாய்ஞ்சுக்கிட்டு இருக்கிய பயல்கள். என்னண்டை பெட்டியடியில் பழகின பயல்கள். மாப்பிள்ளை, அவர்கள் இடத்துல, என் மாப்பிள்ளை ஓடு ஏந்திக்கொண்டு போய் நிற்கிறீரே. எனக்கு அவமானமா இருக்காதா?"

"மாமா" என்று பேசத் தொடங்கினார், இப்ராஹிம்.

"நீர் ஒன்றும் பேச வேண்டாம். நீர் யார், உம் வாப்பா யார்? யாரோட பரம்பரை நீர்? காஜியார் அப்பாஸ் விருது வாங்கியார் பரம்பரை நீர்! தெரியுமோ? சுல்தான் சையத் கான் என்கிறவர் நம் ஊருக்கு வந்திருந்தாரே, அந்தச் சமயத்துலே, ஒரு சிக்கலான வழக்கு அவரண்டை வந்து சேர்ந்தது. ஒரு பரம ஏழை, வாங்கின கடனைக் கொடுக்கலை. அவன் என்ன பண்ணுவான்? மழை இல்லை. வேலை இல்லே. விளைச்சல் இல்லை, கடன் கொடுத்தவனோ, கெடு பிசகிப் போச்சுன்னு நெருக்கறான். சுல்தான் ஏழை, சம்சாரியைச் சிறையிலே வைச்சார். அங்கே பிரசன்னம் ஆனார். உங்களுக்கு அப்பாவுக்கு அப்பா என்ன சொன்னாரு. சுல்தான் அண்டை? கெடு பிசகினது தப்புதான். அதுக்குத் தண்டனை சரிங்கறது சட்டம். அதே சமயம், நியாயம் ஒன்னு இருக்கு. அதையும் பார்க்கோனும் இல்லையா? நாயகமே சொல்லியிருக்கார்களே. அதையெல்லாம் எடுத்துச் சொல்லி, கடனை உங்க அப்பாவுக்கு அப்பா காஜியார் அப்பாஸ் விருது வாங்கியார்தானே கொடுத்து அடைச்சார். சுல்தானுக்கு அப்பாஸ் அவர்களை ரொம்பவும் பிடிச்சுப் போச்சு. நியாயத் தராசு அப்பாஸ் அவர்களே பிடிக்க நீதம்னு, தன் கழுத்து முத்துமாலையைக் கொடுத்து நிலபுலன்கள் பட்டாவும் பண்ணி வைச்சான். அப்பேர்க்கொத்த பரம்பரை உமது பரம்பரை. வழி வழியா, உங்க குடும்பத்தார்கள்தானே காஜியார் பதவி வகிச்சது. மார்க்க சட்டங்களை, உம் பரம்பரை காப்பாற்றினது மாதிரி, யார் காப்பாற்றினது? நீர்! எந்த வகையில் என் அந்தஸ்துக்கு நிகராவீர்? சொல்லுமேன். என்னத்துக்கு என் பெண்ணை உமக்குக் கொடுத்தேன்? உமக்காகவா? சே இல்லை. உமது பரம்பரைப் பெருமைக்காக அப்பாஸ் விருது வாங்கியார் பெருமைக்காக. நீர் அந்தப் பெருமையை தொலைச்சுப் போட்டீர். உமக்கு என் மகளைக் கொடுத்ததை விடவும், பாழும் கிணத்துல பிடிச்சு

தள்ளி இருக்கலாம். உம்மைப் பார்க்கவே எனக்கு அவமானமாக இருக்கிறது.

இப்ராஹிம் ஏதோ பேச ஆரம்பித்தார்.

"வேணாம்... நீர் பேசி, நச்சுக் காற்றை வெளியே விடாதேயும்."

மண்டி, மண்டியில் இருந்து தோல் மற்றும், பெட்டி, நாற்காலிகள், கூரை என்று எல்லாம் அனலாகக் கொதித்தன. மாமா, சீறிக்கொண்டு இருப்பதைப் பார்த்தபடி அமர்ந்திருந்தார், இப்ராஹிம்.

"எந்த ஷைத்தான் உம் முகத்தில் புகுந்தான்? உம்மை எப்படியெல்லாம் நான் கனம் பண்ணினேன். ஐயா, கல்யாணம் பண்ணிக்கொண்டு, எம் வீட்டுக்கு வந்த புதிதில், உமக்கு செய்யத்தக்க எல்லா இனிப்பு காரங்களையும் விருந்து பண்ணி வச்சேன். களறி சாப்பாட்டில் நீர் உட்கார்ந்திருந்தீர் என்றால், உம்மைச் சுற்றி எத்தனை உணவுத் திட்டங்களை வைத்தேன்? பாச்சோறு, என்ன, வெங்காய பணியம் என்ன, குழல் சீப்பணியம் என்ன, வெள்ளரியாரம் என்ன, கோழி ஆப்பம் என்ன, புலவு என்ன, நெய்ச்சோறு என்ன, எல்லாம் இருந்தும் நீர், என் பிள்ளையிடம், வெறும் ரசமும் மாசிக் கருவாடும் இருந்தால் ரொம்ப சுகமாக இருக்கும் என்றீராம். அப்போ மணி பதினொன்று. அந்த நேரத்துல, ஜின் மாதிரி, நானும் பையன்களும் மூடின கடையைத் திறந்து கருவாடு வாங்கி வந்து உமக்கு இடிப்பு பண்ணிப் போட்டோமே, அதுக்கு, எனக்கு பெருமை பண்ணிவிட்டீர். ஐயா... சே, உம்மை பார்க்கவே எனக்கு அருவருப்பாக இருக்கு. போம், கேவலமே போம்..."

இப்ராஹிம், மாமாவுக்கு சலாம் சொன்னார். திகைத்துப் போன, மாமாவும் சலாம் சொன்னார்.

காதிரு, வழக்கத்துக்கு மாறாக சீக்கிரம் வீடு திரும்பியது அவர் மனைவி சுபைதா அம்மாளுக்கு ஆச்சர்யமாக இருந்தது. அவர் வீட்டுக்கு வந்து நுழைந்தவுடனே, அவர் முகத்தில் கேள்வியை வீசி எறிய வேணாமே என்று இருந்தாள் அம்மாள். காதிரு, தோட்டத்துக்கு சென்று முகம் சுத்தி செய்து திரும்பி, சாவதானமாக குரிச்சியில் அமர்ந்தார்.

"சாப்பாடு போடட்டுமா" என்றாள் அம்மா.

"வேணாம் பசி இல்லை."

"என்ன ஒரு மாதிரி இருக்கீங்க? ஏதேனும் சுகக்கேடா?"

பிரபஞ்சன் | 17

"அது ஒண்ணும் இல்லை. இன்னிக்கு மாப்பிள்ளையை அழைச்சுப் பேசினேன்."

"ஆயிஷா நல்லா இருக்காளாமா? பார்த்து ஒரு கிழமை ஆச்சு."

"அதைக்கூட நான் விசாரிக்கலை."

"வேற என்னத்தைப் பேசினீக?"

"கோவத்துல ரொம்பவும் பேசிப் போட்டேன், ரொம்பவும்"

"ஐயோ... ஆண்டவரே... மாப்பிள்ளையை பேசலாமோ, நம் குழந்தையை அவருக்குக் கொடுத்து இருக்கிறது மறந்து போச்சோ..."

"நிறைய பேசிட்டேன். அவர் சிரிச்ச முகம் மாறாமே இருந்தார் அம்மா..."

"ஐயோ, என்ன பேசினீங்க... மனசு வெறுத்துடப் போறாக."

"என்ன பேசியும், அவர் முகம் கொஞ்சமும் வாடலை சிரிச்ச முகம் மனசுக்கு சங்கடமா இருக்கு."

"ஐயோ... என்ன பேசினீங்க.?"

"அவர், பிச்சைக்காரன் மாதிரி திருவோடு எடுத்துக்கிட்டு திரிஞ்சார் அல்லவா. அந்தக் கோபத்துல... ஆனா... என்ன மனுசன் அவர் என்னை எதிர்த்து ஒரு வார்த்தை பேசி இருந்தாலும் என் மனசு அமைதி அடைஞ்சு இருக்கும். பேசல்லையே... என்ன மனுசன். ஒரு பக்கீர் மாதிரி இருந்தார் என் முன்னாடி..."

"ஐயோ பாவம், ரொம்ப நல்ல மனுசனாச்சே. ரொம்பவும் புண்பட்டா மாதிரி பேசினீங்களோ."

"ஆமாம்"

"ஐயோ ஆண்டவரே, இது என்ன கஷ்டம். மகனைப் பேசினாலும் மருமகனைப் பேசலாமோ?"

காதிரு மேலே பார்த்துக்கொண்டு இருந்தார்.

"சரி, கொஞ்சம் சாப்பிடுங்க. ரொம்பவும் களைப்பா இருக்கீங்க."

"வேணாம்"

அன்று இரவு உறக்கம் வராமல் புரண்டுகொண்டிருந்தார் காதிரு. மறையை எடுத்து வைத்துக்கொண்டு ஓதிக்கொண்டிருந்தார். விடியவில்லை போர்வையை எடுத்துப் போட்டுக்கொண்டு புறப்பட்டார்.

ஆழ்ந்த உறக்கத்தில் இருந்தார் இப்ராஹிம். மிக நிம்மதியாக உறக்கம். கதவு தட்டப்படும் ஓசை கேட்டு, ஆயிஷாதான் கதவுக்கு அருகில் வந்து நின்றாள்.

"யாரு அங்ஙனே?"

"நான்தாம்மா, ஆயிஷா, வாப்பா..."

ஆயிஷா உடனே கதவைத் திறந்தாள்.

"வாங்க... வாங்க... என்ன வாப்பா. உம்மா சௌக்யம்தானே?"

"எல்லாம் நல்ல சுகம். மாப்பிள்ளை எங்கே?"

"அசந்து உறங்கறாங்க."

"ஏதேனும் சொன்னாரா?"

"ஒன்னும் இல்லையே வாப்பா. என்ன சேதி? உள்ளே வாங்க. உட்காருங்க..."

"நேற்று காலைலே, மாப்பிள்ளை நம்ம மண்டிக்கு வந்திருந்தாரே... அது பற்றி ஏதானும் சொன்னாரா ஆயிஷா.?"

"சொன்னாங்க வாப்பா. அவங்க, பள்ளிக்கூடத்துக்குப் பணம் சேர்த்துக்கிட்டு திரியறாங்க. அந்தக் காரணமா, உங்களைப் பார்த்ததாகவும் நீங்களும் உதவுவதா சொன்னீங்கன்னு சொன்னாங்க."

"அப்படியா சொன்னாங்க!"

"ஆமாம்... என்ன சங்கதி வாப்பா?"

"ஒன்னும் இல்லம்மா... அவரைச் சாயங்காலமா மண்டிப் பக்கம் வரச் சொல்லு"

"அவங்களை எழுப்பறேன்..."

"சும்மா இரு... நல்ல மனுசன். நல்ல மனசு. அதனாலதான் உறக்கம் வருது. உறங்கட்டும். நான் வர்றேன்."

"இருங்க வாப்பா... சாப்பிட்டு போவீங்களாம்"

மேலும் இருந்தால், தான் அழுது விடுவோம் என்று அவருக்குத் தோன்றியது.

அவர் புறப்பட்டார்.

மாலை, விளக்கு வைத்திருந்தது. மண்டியில், இப்ராஹிம் காதிருக்கு முன் போய், 'சலாம்' சொல்லிக்கொண்டு நின்றார். காதிரு 'சலாம்' சொல்லி, "அமருங்கள்" என்று வேண்டிக்கொண்டார்.

இப்ராஹிம் அமர்ந்தார். பையன் ஒருவனை அனுப்பி ஷர்பத் கொண்டுவரச் சொன்னார்.

"மாமா, காலையில் வந்தீர்களாமே. என்னை எழுப்பியிருக் கலாமே..."

"அசந்து உறங்கினீராம்"

"அதனால் என்ன? உங்களை விடவா எனக்கு உறக்கம் முக்கியம்?"

காதிரு தலைகுனிந்தார். அவர் கண்களில் கண்ணீர் வழிந்தது.

"மாமா என்ன இது?"

"மாப்பிள்ளை என்ன மன்னிக்கணும் கொடுமையா பேசிட்டேன்."

"இல்லையே. சமூகத்தில் பெரிய மனிதர். தாங்கள் எனக்கு வாப்பாவை நிகர்த்தவர்கள். நீங்கள் பேசினது அப்படி ஒன்னும் தப்புயில்லைங்களே... அறிவுரை சொன்னீங்க, நான் புரிஞ்சுக்கிட்டேன்."

"மாப்பிள்ளை நீரு பெரிய மகான்"

"ஐயோ நானா? என்ன இப்படியெல்லாம் பேசறீங்க மாமா."

"அவ்வளவு பேச்சையும் கேட்டுக்கிட்டு, எப்படி அமைதி காக்க முடிஞ்சுது உங்களாலே?"

இப்ராஹிம் புன்னகையோடு அமர்ந்திருந்தார்.

"நீங்க என்னை மன்னிக்கணும் மாப்பிள்ளை."

"இந்த வார்த்தைதான் எனக்கு வருத்தம் தருது, மாமா..."

"ராத்திரி முழுக்க எனக்குத் தூக்கம் இல்லை, உங்களை இப்படிப் பேசி போட்டோம்னு எனக்கு வருத்தமான வருத்தம்..."

"அது தேவையில்லை மாமா."

"இல்லை, நான் பாவம் செய்தேன். உங்களைப்போல நல்ல காரியம் பண்றவங்களுக்கு நான் பாவம் செய்துட்டேன். அதுக்கு நான் பாவ மன்னிப்பு பெறணும்."

"தயவுசெய்து, இப்படியெல்லாம் பேசாதீங்க மாமா..."

"நான் நல்லா யோசிச்சுப் பார்த்தேன். எதை நான் இழிவுன்னு உங்களைக் கோவிச்சேனோ, அதையே பெருமைப்படுத்தறதுதான் எனக்கு பாவ மன்னிப்பு, வர்றேன் இருங்க."

அறையில் இருந்து ஒரு பையை எடுத்து வந்தார் காதிரு. அந்தப் பையை திருவோட்டில் கவிழ்த்தார். பொற்காசுகள், ஓட்டை நிரப்பின.

"மாமா"

"அல்லாஹ் கொடுத்த பணம், அவன் காரியத்துக்கே போகட்டும். அதுதான் நியாயம்"

"மாமா... இது பெரிய கொடை, ரொம்பப் பெரிசு... பள்ளிக்கூடம் எழுப்பியாச்சு."

இப்ராஹிம் கண்ணீரைத் துடைத்துக்கொண்டார். ஒளி வீசிக்கொண்டு காசுகள் மின்னின.

"மாப்பிள்ளை, பள்ளிக்கூடத்தை எங்கே கட்டப் போறீங்க"

"இங்கே வாணியம்பாடியிலதான் மாமா"

"என்ன பேர் வச்சு இருக்கீங்க?"

"பெரியவங்களைக் கேட்டேன். 'இசுலாமியா பள்ளி'ன்னு வைக்கச் சொன்னாங்க..."

"இன்ஷா அல்லாஹ்... அது இஸ்லாமியா கல்லூரியா வளரட்டும் வளரும்"

"உங்களைப்போல பெரியவங்க ஆசி."

"நானா? வேணாம் மாப்பிள்ளை, எனக்கு வெட்கமாக இருக்கு"

ஷர்பத் வந்தது.

"மாப்பிள்ளை... இப்போ எனக்குள்ள சந்தோஷம்போல... நான் என்னிக்குமே இருந்தது இல்லை" என்றார் காதிரு.

திருவோடு ஏந்தி, சலாம் பண்ணிப் போகிற தன் மாப்பிள்ளையைப் பார்க்க பெருமையாக இருந்தது அவருக்கு.

1994

கல்யாண அழைப்பும் கால் பவுன் காசும்

காலைப் பத்திரிகையில் முகத்தைப் புதைத்துக் கொண்டிருந்த வரது, வெளி வாசலில் ஏதோ சப்தம் கேட்டு, தலையை வெளியேகொண்டு வந்து "ஆழு" என்றார்.

"நான்தான் அண்ணா, ராஜபாண்டி..." என்றான், அவர் பக்கவாட்டில் நின்றவன்.

வரது, தலையை அண்ணாந்து, சற்று கீழ்வெட்டாக வலப்பக்கம் பார்த்து, தன் வாய் கொள்ளாமல் அடக்கி வைத்திருந்த வெற்றிலைச் சாறு சிந்தி விடாமல் ஆழு ராழபாண்..." என்பதாக முனகினார். வரதுவுக்கு சற்று எரிச்சலாகக்கூட வந்தது. இந்த நேரத்தில் வந்த அசடு யார்? தாம்பூல சுகத்தில் இருக்கிறபோது?

"அண்ணா" மறந்துட்டீங்களா! நான்தான் கண்ணம்மா மகன் ராஜபாண்டி. துவாரமங்கலம் கண்ணம்மா, அண்ணா! அண்ணாவோட ஞாபகம், எங்கேயோ இருக்காப்போல..." என்றான் வந்தவன், கூடுமான வரையில், தன் குரலில் பவ்யமும் மரியாதையும் தோன்றும் விதத்தில், அவன் சிரிக்கக்கூட முயன்றான் என்று தோன்றும்படி இருந்தது. சிரிப்பையும் தாண்டி, அவன் முகம் மிகவும் சோகமானதாகவும், ஒரு சாயலில் காட்சியளித்தது.

வரது, பேப்பரைக் கடாசி விட்டு எழுந்தார். தெரு கடைக்கு தன் பாரிய சரீரத்தைத் தூக்கிக்கொண்டு போய், வெற்றிலைச் சாற்றை உமிழ்ந்தார். "நாராயணா"

என்றார். சொல்லி வைத்தாற்போல, நாராயணன் எனப்பட்டவன் தோன்றி, பித்தளைக் குவளையை நீட்டினான். வரது, அதை வாங்கி போய் கொப்பளித்துக்கொண்டார். தோள் துண்டால், வாயைத் துடைத்துக்கொண்டார்.

“ராஜபாண்டியா! ஆள் அடிக்கடி மறந்துடுது. பேர் ஊர் எல்லா இழவும் மறந்துடுது. பாரேன், எல்லாம் வயசு பண்ணற கொளஷ்தை...”

வரது ஊஞ்சலைக் காட்டி, “உட்காரேன்” என்றார். அவன் அதை மறுத்துவிட்டு, அவருக்கு நேர் எதிரே, தூணில் சாய்ந்தபடி தரையில் அமர்ந்ததை, வரது திருப்தியுடன் ஏற்றுக்கொண்டதைக் காண முடிந்தது. முறம் மாதிரி அகன்று இருந்த பாதத்தின் கட்டை விரலைத் தரையில் ஊன்றி, ஊஞ்சலைச் சற்றே விந்தி விட்டார். ஊஞ்சல் யானையின் காது மாதிரி அசயத் தொடங்கியது.

“என்ன சௌக்யமா இருக்கியா ராஜபாண்டி?” என்று கேட்டார் வரது. “ஏதோ இருக்கேன்” என்று ஹீனஸ்வரத்தில் அவன் பதில் சொன்னான். காற்று, குப்பென்று வீசியது. தெற்கு பார்த்த வீடு. வாசலில் வாசல் படப்புவரை நீண்டிருந்தது. கோடைப்பந்தல் ரொம்ப தோரணையுடன் கட்டப்பட்ட வீடு. பெரிய பெரிய தூண்கள் வீட்டு உத்தரத்தைத் தாங்கிக்கொண்டிருந்தன. வரது அமர்ந்திருந்த ஊஞ்சல் பலகையை பார்த்தவர்களைப் பிரமிப்பு கொள்ளச் செய்யும் தன்மையது. என்ன பலகை? கன்னங்கரேலென்று யானையைக் குளிப்பாட்டியதுபோல எண்ணெய் சாத்திய பிள்ளையார் உடம்பு மாதிரி என்ன மினுமினுப்பு? முழு விசையில், ஊஞ்சல் ஆடினாலும், சுவர் இழக்காத, அகலம் நீளமான மேல் வாசல், மேல் வாசலுக்கும், தெரு இரும்பு கடைப் படிக்கும் நாற்பது அடியாவது இருக்கும். இரண்டு பக்கமும், கொய்யா, வேம்பு, துளசி என்று மரம், செடிகள் காற்றை வடிகட்டி அனுப்பிக்கொண்டிருந்தது கீற்றுப் பந்தல்.

“ஊம், என்ன பண்ணிட்டிருக்கே?” என்றார் வரது.

“சும்மாதான். ஒன்றும் சரிப்படலை. வர்ற தை பிறந்ததுதான், ஏதானும் குதிரும்னு சோசியர் சொல்றார்.”

“ஊம்” என்றபடி, தலையசைத்தார் வரது. அந்தத் தலையசைப்பு, எதிரில் இருந்தவனின் சகல சோகங்களையும் கழித்து நீக்கி விடுகிற தினுசில் இருந்தது. எதிரில் தரையில் அமர்ந்திருந்தவன், வரதுவின், மெய்பாடுகளையே கூர்மையாக சுவதானித்துக்கொண்டிருந்தான்.

சௌகர்யமாக இருப்பவர்களுக்கு அப்படி அவர்கள் இருக்கிறவர்கள் என்பதைப் பௌதிகமாக விளங்கும் படியாகவே, அவர்கள் கடவுளால் படைக்கப்படுகிறார்களோ என்பதாக நினைத்துக்கொண்டான் ராஜபாண்டி. ரெட்டை நாடிதான் வரதுக்கு என்றாலும் ஊளைச் சதை இல்லாத படிக்கு, ஆரோக்கியமாகவே காணப்பட்டார் வரது. வயது எப்படியும் எழுபதைத் தாண்டி இருக்குமே. தீட்சண்யமான கண்ணும், சுத்தமாக சௌரம் பண்ணின முகமும், வெள்ளை வெளேரென்று கை வைத்த பனியனுக்கும் சட்டைக்கும் இடைப்பட்ட தரத்தில் 'பாடி' மேலேயும், நல்ல தரத்திலான கதர் வேஷ்டியுமாக அவர் இருந்தார். செய்து, ஒட்ட வைத்ததுபோல மொழுக் மொழுக் விரலும், அதில முடிச்சு முடிச்சாக முடியும் என்று எல்லாம் கன ஜோராக இருந்தது. அவர் பிரசன்னம்.

வரது, தலையை அசைத்தபடி இருந்தார். வரலாற்றின் பக்கங்களைப் புரட்டுவதுபோல இருந்தது அந்த அசைவு.

"ம்... எப்படிப்பட்டவர் உன் தகப்பனார்... இன்னொருத்தர் அவர் மாதிரி இருக்க முடியுமோ? ஜனிக்கத்தான் முடியுமோ? அந்தக் குரல் என்ன? ஜிலுஜிலுப்பு என்ன? பந்தா என்ன? பிர்க்கா என்ன? இன்னொருத்தன் பிறந்து வரணும்டா ராஜபாண்டி..."

வரது கண்களை மூடிக்கொண்டார். மனோலயமாக அந்தக் காலத்துக்கே பிரயாணம் ஆவது மாதிரி தோற்றம்கொண்டிருந்தார் அவர்.

"தஞ்சாவூர்ல, இப்போ கிருஷ்ணா பேலஸ் இருக்கோல்லியோ, அதுக்குப் பக்கத்துல அந்தக் காலத்துல 'டென்ட்' கொட்டாய் போடுவான். அங்கேதான் ஸ்பெஷல் நாடகம் போடுவான். பத்து நாள், பதினைஞ்சு நாட்கள் தொடர்ந்து நடக்கும். உங்கொப்பா, ராஜபார்ட் சந்தானலட்சுமி ஸ்தீரி பார்ட், மன்னார்குடி சோமு நாரதர், செங்கோட்டை பால்சாமி ஹார்மோனியம், என்னங்கிறே. காஞ்சிபுரம் நைனா பிள்ளை, ராட்சசன் அவன், மகாவித்வான் முன்னாடி உக்காந்துட்டு, "கண்ணப்பா... காமி சத்யபாமா பாடு, 'கோபியர் கொஞ்சும் ரமணா' பாடுன்னு கேட்டு, 'ஒன்ஸ்மோர்' கேட்டு, கை தட்டியது என்ன, பேஷ் பேஷ் இங்கறது என்ன? அடடா, நாடகமாவா இருந்தது? பெரிய சதஸ் மாதிரி இருக்குன்டா... அது ஒரு வார்ப்பு. அது ஒரு ஜென்மம்"

ராஜபாண்டி, தன் அப்பாவைப் பற்றித்தான் வரது பேசுகிறார் என்கிற பிரக்ஞை இன்றி, புருவம் உயர, வாய்

பிளந்தபடி கேட்டுக்கொண்டிருந்தான். வாசல் படப்பு மேல் ஒரு காக்கை வந்து அமர்ந்து சாவதானமாக தன் இறக்கையை நீவிவிட்டுக்கொண்டிருந்தது.

வரது, “நாராயணா” என்றார், நாராயணன் வந்து நின்றான்.

“காலை ஒன்பது மணி ஆகலை, அதுக்குள்ளே வெயிலைப் பார்... பட்டாணி வறுக்கிறது மாதிரி வறுக்கிறது பார்... நீ என்ன பண்றே? ரெண்டு லாடு, கொஞ்சம் பாதம் கீர், நிறைய ஐஸ் போட்டுக் கொண்டா...”

நாராயணன், ராஜபாண்டியைப் பார்த்தான், “இவனுக்குமா” என்பதுபோல் இருந்தது அவன் பார்வை.

ராஜபாண்டி, காக்கையையே உற்றுப் பார்த்துக் கொண்டிருந்தான்.

“அவனுக்கும் குடிக்கக் கொடு”

வரது, சம்மணம் போட்டு உட்கார்ந்துகொண்டார்.

“இந்த வெயிலுக்கு நுங்கு இருக்கில்லையா நுங்கு அதைப் பாலில் போட்டு, நல்லா ஊறவைத்ததும் கொஞ்சம் வெள்ளரிப்பழத்துண்டு இம்மாம்போல, போட்டு நல்லா பிசைஞ்சு, நன்னாரி கொஞ்சம் விட்டு, ஐஸ் போட்டு, பிரிட்ஜ்ல வச்சு, சரியா பத்து மணிக்கு ஒரு வாட்டி, பன்னெண்டு மணிக்கு ஒரு வாட்டி சாப்பிடணும். உடம்பு, ஊட்டியில இருக்கிற மாதிரி இருக்கும்டா”

ராஜபாண்டிக்கு வரது சொல்லுகிற விஷயம் எல்லாம், ஆச்சர்யமான விஷயமாக இருந்தது. தன் புருவத்தை உயர்த்தி அவரை ரசித்தான். ரசிப்பது மாதிரி இருந்தான் என்பதே உண்மை.

வரது ஒரு காலை மடக்கி, மறுகாலைத் தொங்கவிட்டுக்கொண்டு உட்கார்ந்தார். லாடும், பாதாம்கீரும் வந்தது. வரதுக்குப் பாதாம் கீரும் ராஜபாண்டிக்கு பானகம் போன்ற ஏதோ ஒன்றும். திரவமாகவே இருந்தது அது. சாப்பிடும்போது பேசக்கூடாது என்கிற கொள்கை உடையவர்போல, வரது உண்டு, குடித்து முடித்தார். சமையல்காரர் ‘நாயின்’ ஒர வஞ்சனையை மனசுக்குள் நொந்துகொண்டு ராஜபாண்டியும் குடித்து முடித்தான்.

“நான் என்ன சொல்றேன்னா, உடம்பை நல்லா வச்சுக்கிடணும். உங்க அப்பா, `கடைசி வரைக்கும் எப்படி இருந்தார்? பித்தாளையில் செஞ்சது மாதிரி அல்லவா உடம்பு. பீச்சாங் கையால ஐம்பது கர்லாவும் சோத்துக் கையால ஐம்பது கர்லாவும், தெனம் சுத்துவார். நூறு தண்டால் எடுக்காமே

பல்லில காபியைக் காட்டுவாரோ? இந்தக் கண்ணாலே நானே பார்த்து இருக்கேனே, பாய்ஸ் கம்பெனியில் இருக்கிறச்சே! என்ன சுந்தரமான மனுஷன் சும்மாவா. மானேஜர் கம்மா நாயுடு. உன் அப்பனையே சுத்தி சுத்தி வந்தார். ஆம்பளையே மயக்குற தேகம் அல்லவா அவர் தேகம்? ஊம் அது ஒரு வாகு!"

வரது, வெற்றிலைச் செல்லத்தை அருகில் நகர்த்திக்கொண்டார். வெற்றிலைகளில் பத்தை எடுத்துக்கொண்டு அவைகளில் ஒவ்வொன்றையும் துடையின் மேல் போட்ட துண்டின் மேல் துடைத்து, சிட்டைத் துண்டிலிருந்து நூலைப் பிரிப்பது மாதிரி நரம்பைக் கிழித்து எறிந்து, சுண்ணாம்பை ஆள் காட்டி விரலில் தொட்டுக்கொண்டு, அதை வெற்றிலையின் முதுகில் சுரண்டுவது போலத் தடவி, வாயில் போட்டிருக்கும் பாக்கு பதமாயிற்றா என்று தீர்மானம் பண்ணி, வாயில் இட்டு மென்று, முதல் சாற்றைத் துப்பி... என்கிற சம்பிரதாயங்களை நிரப்பிக் கொண்டிருந்தார். ராஜபாண்டி, வரது தன் அப்பாவைப் பற்றி, ஏதானும் அசிங்கமாகப் பேசுகிறாரோ என்பதாக நினைத்துக்கொண்டு அமர்ந்திருந்தான். வரது அவன் அப்பாவைப் பற்றி, நூற்றி ஒன்றாவது தடவையாகப் பேசிக்கொண்டிருக்கிறார். ஒவ்வொரு முறையும், மேற்படி விஷயங்களையே சற்று ரசம் ஏற்றி, சற்று கிட்ட நெருங்கி போட்டோ பிடிக்கிறாற்போல் சொல்கிறார்.

"என்னடா சொன்னேன், ராஜபாண்டி! ஆள் மன்மன்டா, மன்மதன் அதனால்தான் ரதிமாதிரி சரோஜா வந்து சேர்ந்தாள். உங்க அம்மாவைத்தான் சொல்றேன். அந்தக் காலத்துல உங்க அப்பன் சினிமாவுக்கு வந்தப்புறம்தான் சரோஜாவைச் சந்திச்சார். என்னையும் உங்க அப்பா, என்னத்துக்கடா, டிராமா கம்பெனியில வடிச்சுக்கொட்டி வீணாப்போறே... என்னோட வந்துடு ஜுபிடர் முதலாளிகிட்டே சொல்லி வேலை போட்டுத் தர்றேன்னு சொல்லி அழைச்சுட்டுப் போயி, வேலை பண்ணி வச்சாரோ, நான் பிழைச்சனே... புரடக்ஷன் பாய்னு தொடங்கி, அசிஸ்டென்ட், மேனேசர்னு வளர்ந்து, வீடு வாசல்னு ஐவேஜி வந்து நானும் மனுஷனாயிட்டேன்... என்ன சொன்னேன்? உங்க அம்மா அப்போ மாயாவரத்துல ஆக்ட் கொடுத்துகிட்டு இருந்துச்சி. சுத்தமான வெண்கல சாரீரம், சுண்டினா இரத்தம் தெறிக்கிற நிறம். பவிசுக்குக் கேட்பானேன்... நிறைய முதலாளிதான் நின்று போட்டி போட்டுக்கிட்டு வந்த நேரம். கண்ணா பிக்சர்ஸ் 'லெனா' கூட உங்க அம்மா சம்மதிக்கலை. அதைவிட உன்

பாட்டி ஒத்துக்கலைன்னுதான் சொல்லணும்... எப்படியோ உங்க அம்மாவுக்கு, உங்கப்பா கண்ணப்பா மேல கண் விழுந்துடுச்சி. உங்க அம்மாவுக்கும் அப்பாவுக்கும் நான்தான் தூதுப் புறா. புரியலையா? நான்தான் கடுதாசி கொண்டுபோயி குடக்கிறது. வாங்கறது. உங்க அப்பா ஒரு வாட்டிக்குக் கடுதாசியும் கொடுத்து கால் ரூபா கொடுப்பார். கால் ரூபாய்யா, இப்போ மதிப்புக்கு ஏழு எட்டு ரூபாய். அந்தக் கால் ரூபாயிலே, போண்டா சாம்பார், ரெண்டு இட்லி, நுரைக்க நுரைக்க டிக்காஷனைத் தூக்கலாக விட்ட காபி இத்தனையும் சாப்பிடலாம்னா பாத்துக்கோயேன்... கடுதாசிப் பொட்டலத்துக்குள்ளே மின்சாரத்தை வைத்துக்கட்டி என்னண்டைக் கொடுத்த மாதிரி, நான் மின்சாரக் கடத்தி மாதிரி, அதைக் கொண்டுபோயி சரோஜாவண்டை கொடுத்தா, அந்த அம்மா மூஞ்சி குப்புன்னு விளக்கு போட்ட மாதிரி எரியும் பார்த்துக்கோ... ஜேமினி, ஜுபிடர்? எம்.எஸ்.நாயகம் பிலிம்ஸ் எல்லாம் சேர்ந்து பிரமாதமா கல்யாணத்தைப் பண்ணி வச்சா... என்னா கல்யாணம்? சினிமான்னா முகத்தைத் திரும்பிக்கிற ராஜகோபாலாச்சாரியார் வந்தார்னா பாரேன்... என்னேஷ்டுக் கிருஷ்ணன் என்ன, காளிரத்னம் என்ன, வசந்த கோகிலம் என்ன, பாகவதர் என்ன, நட்சத்திரங்கள் எல்லாம் ஒரு கூரைக்குள்ளே வந்தாச்சு. சமையல், நம்ம வெங்குவையன். ராஜாக்கள் வீட்டுக் கல்யாணத்துக்கு சமையல் பண்ற கை. சாப்பாடு எப்படிங்கறே, அமர்தம்... என்னத்தைச் சொல்றது?"

வரது நெற்றிக்குக் கீழே, இரு புருவச் சந்திப்புக்கும் கீழே இறங்கி, பம்மென்று பருத்து, முட்டை வடிவில் சதையால் பண்ணி வைத்தது போன்ற மூக்கை, அகாரணமாகத் துடைத்துக்கொண்டு, அதிகமாக சிவந்து போகும் படியாகச் செய்துகொண்டு சொன்னார்,

"ஏன், உன் கல்யாணம் மட்டும் எப்படி? ஒவ்வொரு கல்யாணப் பத்திரிகையோடயும், கால் பவுன் காசு கொடுத்து கல்யாணத்திற்கு அழைச்சது யார்? உங்க அப்பா. அடடா என்ன உதார குணம்! நான் பார்த்தேனே! இந்த இரண்டு கண்ணாலும் பார்த்தேனே. அழைப்பு வாங்கிட்டவர்கள் கை, பலருக்கும் இப்படி நடுங்கியதை நான் கண்டேனே. தெருவில் போகிறவரை கை தட்டிக் கூப்பிட்டு, இந்த புடி கால்பவுன் என்றால் எப்படி இருக்கும்? அதுமாதிரிதான்... பல்லி முட்டை மிட்டாய்னு குழந்தைகள் சொல்லுமே... அது மாதிரி கால் பவுன் காசுகள், உங்க வீட்டுல

குவிஞ்சிருந்ததை நான் கண்டேனே... உன் தோப்பனாரை விடவும் பண்க்காரர்கள் நிறையபேர் இருக்காங்கதான். ஆனா, எத்தனை பேருக்குக் கொடுக்கணும்னு தோனும்? அதுதான் விஷயம்."

வாசல் படப்பைத் தள்ளிக்கொண்டு உள்ளே நுழைந்தாள், ஒரு கூடைக்காரி. வரது, "நாராயணா" என்றார். க்ஷணத்தில், கையில் பிளாஸ்டிக் கூடையுடன் ஆஜர் ஆனான் அவன். என்ன "சுருக்கு சுருக்காக"க் காரியம் நடக்கிறது என்று வியந்துகொண்டான் ராஜபாண்டி.

வரது சுட்டிக் கூடையைப் பார்த்தார். வாழைத்தண்டு, மிதி பாகலும்.

"வாழைத்தண்டை, நல்லா சன்னமா நறுக்கி, தேங்காய் பூ போட்டுக் கூட்டு பண்ணிடு நராயாணா! பாகலை, பொன்வறுவல் வறுத்துடு. பாகலோடு, நாட்டு நெல்லிக்காய் இருந்தா, அதையும் நாலு போட்டு வறுத்துடு. ரொம்ப நல்லா இருக்கும். என்ன குழம்பு?

"மொச்சைக் குழம்புங்க ஐயா"

"பேஷ், பண்ணு. ராஜபாண்டி, இந்த வாழைத் தண்டுக்கு என்ன குணம் தெரியுமோ? மூத்திரப் பையில இருந்த கல்லையே கரைச்சுடும்! ரொம்ப வீரியமான வஸ்து. வாரத்துக்கு ஒரு வாட்டி வாழைத்தண்டு, வாழைப்பூ சாப்பாட்டுல சேர்த்துக்கோ. ஒன்னுக்கிருந்தா, ரொம்ப சுகமா இருக்கும். நீ பிடிச்சு உதற வேணாம்"

கூடைக்காரி, வெட்கத்துடன் சிரித்தாள்.

"என்ன சிரிப்பு. நான் சொல்றது என்ன பொய்யா?"

"பொய்யின்னு சொல்ல முடியுமா? சாமி?"

நாராயணன் வந்து, கூடைக்காரியிடம் நூறு ரூபாய் நோட்டை நீட்டினான்.

"ஐயோ... காலங்காத்தாலே நூறு ரூபாய் நோட்டுக்கு என்கிட்டே ஏது சாமி சில்லரை?"

"சில்லறையா கொடுடா"

"சில்லறையே இல்லீங்க, ஐயா"

"பரவாயில்லை. நான் நாளைக்கு வாங்கிக்கறேன்" என்றாள் கூடைக்காரி.

"சரி. நாளைக்கு வரச்சே, தூதுவளைக் கீரை இருந்தா கொண்டா பெண்ணே..."

“ஆவட்டும் சாமி.”

கூடைக்காரி புறப்பட்டாள்.

“ரொம்ப ரொம்பப் பிரமாதமா சமைக்கும் உங்க அம்மா. நான் ஆயிரம் முறை அண்ணி கையால சாப்பிட்டிருக்கேனே... கல்யாணத்துக்கு அப்புறம், சினிமாவை விட்டாச்சு. வீட்டுல என்ன வேலை? புதுசு புதுசா உடுத்தறது, பவிசு பவிசா சமைக்கிறது. பொம்மனாட்டிக்கு அதுபோதும்னுட்டார் உங்க அப்பா...” என்றவர். “நாராயணா” என்று சப்தம் போட்டுக் கூப்பிட்டார். அவன் வந்து நின்றான்.

“இன்னிக்கு என்ன கீரை?”

“தண்டுக் கீரைங்க”

“ரெண்டு பல் பூண்டு போட்டு நல்லா ஒட்டுகிறா மாதிரி கடைஞ்சுடு. ஒரு முட்டை எண்ணை விட்டு, நாலு உளுத்தம் பருப்பு, கடுகு போட்டு தாளிச்சுடு, என்ன விதரணை, உங்க அப்பாவுக்குத்தான். திருவல்லிக்கேணியில மட்டும் இருபத்தி நாலு வீடு இருந்துச்சுன்னா பார்த்துக்கோ... அல்லாத்தையும், ஒரு படம் எடுத்துத் தொலைச்சுத் தலைமுழுகினார். பதி பக்தின்னு ஒரு படம். நான்தான், அந்தப் படத்தோட புரடொக்ஷன் மானேஜர். நல்லா, எட்டு கண்ணும் விட்டு எறிகிற மாதிரி இருந்தவரை, “படம் எடு படம் எடுன்னு” குழி வெட்டிக் குப்புறத் தள்ளினான். மானா செட்டி, ஒன்னாம் நம்பர் கேப்மாரி, முடிச்சவிழ்க்கி. குட்டிகளை வச்சுகுட்டு டாப்பர் மாமா வேலை பண்ணிட்டு இருந்த அசட்டு பேமானி. அவன்ட்ட மாட்டினார், உங்க அப்பா. நான் சொல்ல முடியுமோ, நானோ எடுபிடி. சும்மா இருடா நாயின்னு சொல்லுவாரோ, மாட்டாரோ?”

வரது, சத்தம் போட்டார்.

“வாயுத் தொல்லை தாங்கலை. மேலேயும் கீழேயும் காத்தா பிரியுது”

எழுந்து உள்ளே போனார்.

வேலித் தடுப்பில், ஒரு ஓணான், சிவந்த தலையுடன் வந்து நின்றது ‘ஓகோ’ என்று மேலும் கீழுமாகத் தலையை அசைத்தது.

ராஜபாண்டி, அதையே வெறித்துப் பார்த்துக்கொண்டு அமர்த்திருந்தான். அதைத் தாண்டி அவன் பார்வை வெறித்தது. வெயில், வெள்ளையாகச் சுருள் சுருளாக, தோசைப் பொட்டலம்

மாதிரி சுருங்குவது மாதிரி தோன்றியது. மண், மின்னியது. கறிவேப்பிலைக் கிளையில் அமர்ந்திருந்த சிட்டு. "கிச் கிச்" என்றது.

வரது திரும்பி வந்தார். கால், நனைந்து இருந்தது. இரண்டு பாதங்களையும் சேர்த்துத் தட்டி, மண்ணை உதிர்த்து விட்டு, சம்மணம் போட்டு உட்கார்ந்துகொண்டார்.

"வீடுகள் போச்சு... நகைகள் போச்சு... பணம் போச்சு... போகாதது மானம் மாத்திரம்தான். ஒரு நாய்க்கு, ஒத்தைப் பைசா பாக்கின்னு ஒரு கழுதைக்குப் பிறந்த பயலும் சொல்ல முடியுமோ? எனக்கே வீடு தேடி வந்து "இந்தாடா உன் சம்பளம்"னார். "அண்ணே, இந்தக் கஷ்டத்துல எனக்கென்ன அவசரம்"னேன். "தொழில் சுத்தம் வேண்டாமாடா"ன்னார். போகையில், வாடகைக் கார்லே போனார். எத்தனைக் கார் வச்சிருந்தார். பட்டு மாதிரி நடிகர்கள்ளே முதல் முறையா "பிளைவுமத், வாங்கியவர்டா உங்க அப்பா... எல்லாருக்கும் நியாயம் பண்ணவர் உனக்கு மட்டும் நியாயம் பண்ணலை."

நிமிர்ந்து அவரைப் பார்த்தான் ராஜபாண்டி.

"புரியலையா? நாலு எழுத்து படிக்க வைச்சிருக்கலாம். உன்னை ரெண்டாம் கிளாஸ்லேயே படிப்பை நிறுத்தி, தன்னோட வச்சுக்கிட்டாரே, அதைத்தான் சொல்றேன்... படிக்க என்ன ஆகப் போகுதுன்னார். இருக்கிற சொத்தைக் கவனிச்சுக்கிட்டாபோதும்னார். இருக்கிறதை அவரே அழிச்சார். பெண்டாட்டியைச் சோத்துக்கு அலையவிட்டுட்டு, ஒரே பிள்ளைக்கும், ஒன்னும் பண்ணாமே போய்ச் சேர்ந்தார்... எல்லாம் விதி... நேற்று, ரேடியோவில, "சாகசம்" பாட்டு வச்சான். கண்ணுல ஜலம் வந்துடுச்சு. யாரை நோகறது சொல்லு..."

வரது, தரையைப் பார்த்தபடி இருந்தார். தரையைக் கண்ணாலேயே தோண்டி கண்ணப்பாவின் புதைந்து போன வாழ்க்கையை கையில் எடுக்கிறதுபோல இருந்தார்.

"அந்த மோதிரம் இருக்கில்லையோ, வைர மோதிரம் ரொம்ப ஜாதி வைரம், பிரிட்டிஷ் ராணி கையில, அவ போட்டிருந்தா, இப்படித் தூக்கிப் பிடிச்சா, வெளிச்சத்தை வாரி அடிக்கும். என்ன டால்? என்ன ஜிகினா? என்ன பட்டை? உங்க அப்பா, பாம்பேக்கு போனப்போ, ஒரு மார்வாடி சேட்டுகிட்டே வாங்கி வந்தார். அது ஒரு கதை. உங்க அப்பா, பம்பாய்க்கு சும்மா போகலை. புஷ்பவனம் பாப்பாவோட போயிருந்தார். ரூபவதி

அதைத் தவிர வேறு ஒன்றும் சொல்லப்படாது. அவளைப் பார்த்த கண், இன்னொருத்தியை பாக்காதுடா. நாட்றாம் பள்ளி ஜமீந்தார், ஒரு ராத்திரிக்கு முப்பதாயிரம் கொடுத்து அவளண்டை போய் வந்தான். முப்பதினாயிரம்டா. அந்தக் காலத்து முப்பதினாயிரம், இன்னிக்கு, அந்தக் காசுல, கவர்னர் பங்களாவை விலை பேசலாம்னா பார்த்துக்கோ. என்னா பொம்பளை? என்னா பல் வரிசை... என்ன மார்பு? என்ன இடுப்பு... ஒவ்வொன்றுக்கும் அரை மணி சொல்லலாம். அவளை அடையறதுதான், ஒரு லட்சியம்னு இருந்தார்கள் ஜமீன்கள் பையன்களும், புதுப் பணக்காரர்களும். அவ, அந்த ரூபவதி, சௌந்தர்ய தேவதை உன் அப்பாவோட பாம்பேக்குப் போனா. எல்லாம் இந்தக் காலத்துல சொல்றாங்களே... அது என்னடாது இழவு மறந்து போச்சே... ஊம்... தேனிலவு... அதான்... அந்த காரியத்துக்குத்தான் மேற்படி பயணம். அங்க வச்சுதான் அந்த மோதிரத்தை அந்தப் பொண்ணு உங்க அப்பாவுக்கு 'பிரசன்ட்' பண்ணினா... எல்லார் கிட்டயும் வாங்குறவள், உங்க அப்பாவுக்குக் கொடுத்தாள்... நல்ல அவிசாரி கள்ட்டே உத்தமமான குணம் இருக்கும்டா... அந்த வைரம்தான், கடைசியோ உங்க அப்பாவுக்கு எமனா முடிஞ்சுடுச்சு..."

வீட்டுக்குள்ளே இருந்து தாளிக்கும், மணம், ராஜபாண்டி நாசிக்கு வந்து சேர்ந்தது. அவன் பசியை மேலும் உக்ரமூட்டியது. வரது சொன்னது எல்லாம், அவனுக்கும் தெரிந்த கதைதான். பழைய படத்தை இரண்டாம் முறையாகப் பார்க்கிறது மாதிரிதான். வரது சொன்னது. என்ன பண்ண, கேட்க வேண்டி இருக்கிறதே...

"கடைசியா உங்க அம்மாவை, "மானா" வீட்ல வச்சிப் பார்த்தேன். சமையல்காரப் பெண்ணா. என் மனசு உடைஞ்சுப் போச்சுடா ராஜபாண்டி" அவர் அமைதியாக இருந்து விட்டுச் சொன்னார்.

"எல்லாம் விதிடாப்பா, விதி. நதி எந்த தடத்துல ஓடணும்னு விதிச்சாச்சு... அதுலதான் ஓடும்... கேவலம் மனுஷ ஜென்மம் என்ன பண்ண முடியும்...?"

விடை கண்டுபிடிக்க முடியாத சர்வ கேள்விகளுக்கும் ஒரே கண்டுபிடிக்கப்பட்ட பதிலைச் சொல்லி சமாதானம் செய்து கொள்ள முயன்றார் வரது.

"போகட்டும்... நீ எப்படி இருக்கே?"

உயிர் வந்தவன்போல ராஜபாண்டியன் சொன்னான்:

"வீட்டுக்காரிக்கு நாலு நாளா உடம்புக்குச் சுகம் இல்லை. அண்ணா, அது விஷயமாத்தான் வந்தேன். ஒரு அம்பது ரூபா அவசரமா வேணும்."

எசகு பிசக்காக நாராயணன் தோன்றி, "இலை போட்டாச்சு" என்றான்.

அவனைக் கொன்றால் தப்பு இல்லை என்று நினைத்துக்கொண்டான் ராஜபாண்டி.

"எங்கேடா...? காலைலே இருந்து சில்லறைக்கு அல்லாடறோமே, தெரியல்லை? இன்னொரு நாளைக்குப் பார்ப்போம்..."

வரது, மரத்துப் போன கால்களை உதறிக்கொண்டார். பிறகு, சாவகாசமாக உள்ளே போனார். நாராயணன், இவனைப் பார்த்து விட்டு, உள்ளே சென்று கதவைச் சாத்திக்கொண்டான்.

ராஜபாண்டியன், தெருவுக்கு வந்தான். வேலித் தடுப்பில், இன்னும் அந்த ஓணான் இருந்தது. இவனைப் பார்த்து தலையை அசைத்தது.

1994

குயில்

விழிப்பு தட்டியது. சுப்ரமண்யத்துக்கு.

அந்தக் குரல், அவரை அன்றாடம் எழுப்புகிற குயிலின் குரல்தான். அவர் அந்தக் குயிலை அறிவார். அவர் துயிலை அந்தக் குயில்தான், அன்றாடம் எழுப்புகிற கடமையை மேற்கொண்டிருக்கிறதே. அந்தக் குயிலை, அவர் அது காறும் பார்த்தது இல்லை. அவர் குடியிருந்த ஈசுவரன் தர்மராஜா கோயில் தெருவைச் சுற்றிய மரங்களில், ஏதோ ஒன்றில் அது வாசம் செய்துகொண்டிருந்தது. தனிக் குயிலா? ஆணா, பேடையா? தனித்ததா? குடும்பத்துடன் சேர்ந்ததா? அதை அவர் அறியார். ஆனாலும், முகம் அறியாத அந்தக் குயிலை அவர் சிநேகித்தார். கடையத்திலும், மதராஸ் பட்டணத்திலும்கூட அவர் பல குயில்களைக் கேட்டிருக்கிறார். அது, இதுவா? இருக்கலாம்!

சுப்ரமண்யம், தம் மாடி அறைப் படுக்கையை விட்டு எழுந்தார். வெளியே வந்து கிழக்கை நோக்கி நின்றார். சூரியன், பிரசவ ரத்தம் பூசிய தேஜஸோடு, தகதகத்துக்கொண்டிருந்தான். சூரியனைப் பார்த்ததும், உறக்கத்தின் சுவடு, அவரிடமிருந்து முற்றாக நீங்க, "வருக, சகோதரா!" என்றார். அப்புறம் தொடர்ந்து, "உன் தேகம் பொலிக, உலகுக்கு உன் ஒளி என்னும் ஜீவனை வழங்குக. நீயும் சுபிட்சமாக இரு" என்றார். ஏதோ சூரியனே, ஒரு மனித உரு எடுத்து அவர் முன்னால் வந்து நின்றதுபோல அவர் பேசியதைக் கேட்டபடி செல்லம்மாள் வந்தாள்.

"என்ன, சூரிய தேவனுடன் பேசியாகிறதாக்கும்" என்றாள் செல்லம்மாள். சுப்ரமண்யத்தைப் பார்த்து.

"ஆமாம் செல்லம், தினம் தினம் நான் பேசுகிற இரண்டாவது ஆத்மா, இந்தச் சூரியன்தான்."

"பேஷ்! உங்கள் முதல் ஆத்மா யாரென்று தெரிந்து கொள்ளலாமா?"

"வேறு யார்? அந்த குயில்தான்! ம்... அதோ கூவுகிறது பார். காதில் தேன் வந்து பாயவில்லையா...? அடடா ஊனை உருக்குகிறதே உள்ளொளி பாய்ச்சுகிறதே, உலகத்துச் சோகங்களையெல்லாம் என்னைப்போலவே, இந்தச் சின்னஞ் சிறு சகோதரனும் சுமந்துகொண்டு திரிகிறானே..."

செல்லம்மாள், வெட்டிக் கொள்பவள்போலச் சொன்னாள்:

"கீழே உங்கள் சிஷ்யர் வந்து காத்திருக்கிறார்"

"யார், மாங்கொட்டைச் சாமியாரா?"

"மாங்கொட்டையோ, பனங்கொட்டையோ... எனக்கென்ன தெரியும்?" அந்த அம்மாள் விரைந்து, மாடியை விட்டு இறங்கி அகன்றாள். சுப்ரமண்யம், கறுப்புக் கோட்டை எடுத்து அணிந்துகொண்டு, அதன் மேல் காசித் துண்டைப் போர்த்திக்கொண்டு, கீழே வந்தார்.

சுப்ரமண்யம், தன் சிஷ்யருடன், மடுவை நோக்கி நடந்தார். முத்தியால் பேட்டையைத் தாண்டிய உடனேயே, உலகம் புதிய உடையை எடுத்துக் கொள்கிறதுபோல அவருக்குத் தோன்றும். வயல்களாம் பச்சைப் பாய்கள் பூமியை மறைத்தபடி விரிக்கப் பட்டிருக்கும். ஒரு நாளில் காலை முகத்தைக் கண்டு ரசித்தபடியே அவர்கள் மடுவை வந்து சேர்ந்தார்கள்.

சுப்ரமண்யம் மடுவில் முங்கி எழுந்தார். அப்போ, அவர் காதுகளுக்கு அந்தக் குரல் எட்டியது. ஒரு குயிலின் குரல்! பிரமை பிடித்தாற் போன்று, அசைவற்று நின்றுவிட்டார் அவர். மாங்கொட்டைச் சாமிக்கு மனசில் கிலி அடித்தது

"பாரதியார்வாள் என்ன அப்படியே சமைஞ்சுப் போனீர். என்ன விஷயம்?"

"சாமி உனக்குக் கேட்கிறதா? ஒரு குயில் கத்துங் குரலோசை உனக்குக் கேட்கிறதா.?"

சாமி, காதைத் தீட்டிக்கொண்டு, அதைக் கேட்க முயன்றார். தலையை அசைத்தபடி அப்புறம் சொன்னார்:

"இல்லையே... எனக்கு அது கேட்கவில்லை..."

"நீ துரதிருஷ்டக்காரன். எனக்குக் கேட்கிறது"

சாமி வியப்பு தோன்றும் குரலில் சொன்னார்:

"நீர் மகான், கவி! உமக்கு அமானுஷ்யக் குரல் எல்லாம் கேட்கிறது. என்னைச் சொல்லும், பரம மூடன்"

"சாமி, இது புதுச்சேரிக் குயில் அல்ல. ஓய் இது, நான் பிறந்த ஊரில், எனக்குக் கேட்ட குரல். கடையத்தில் மட்டுமல்ல, மதுரை சேதுபதி பள்ளியில் நான் கேட்ட குரல். சென்னைச் சுதேசமித்திரனில், இந்தியா பத்திரிகையில், நான் எங்கெல்லாம் இருந்தேனோ, அங்கெல்லாம் என்னைத் தொடர்ந்து வந்துகொண்டேயிருக்கிற குரல்."

பாரதி, குளித்து முடித்து வீடு திரும்பும் வரை, அந்தக் குரல் அவரைத் தொடர்ந்துகொண்டே இருந்தது.

வீட்டுத் திண்ணையில். வ. வெ. சு ஐயர் அமர்ந்திருந்தது, தூரத்தில் இருந்தே அவருக்குத் தெரிந்தது. பாரதியைக் கண்டதும் ஐயர், "நமஸ்காரம்" என்றார்.

"நமஸ்காரம்" என்றபடி, அவருக்கு முன் அமர்ந்தார் சுப்ரமண்யம்.

"ஐயர்வாள்! உம் குளத்தங்கரை அரசமரம் கதையை நேற்று இரவுதான் படித்து முடித்தோம். அருமையான கதை. தமிழ் நாட்டில், ஐரோப்பாக் கண்டத்துக் கதை ஆசிரியர்களைப்போல, நீர்தான் முதன் முதலில் கதை எழுதத் தொடங்கியிருக்கிறீர். நீர், தமிழ் நாட்டின் தாகூரைப்போலவும் இருக்கின்றீர். ஒரு அரச மரம் பேசுகிறது என்று எழுதியிருக்கிறீரே, ஆகா, உமது ஆத்மாவே ஆத்மா. காணும் பொருள்களில் எல்லாம் கண்ணனே இருக்கிறான் என்கிற தத்துவத்துக்குக் கதை உருவை அளித்திருக்கிறீர்."

பரவசப்பட்டு, சுப்ரமண்யம் சொன்னதையெல்லாம், அமரிக்கையுடன் கேட்டு முடித்த ஐயர் சொன்னார்:

"பாரதி... உமது, பாடல் வரிகளே என்னை அங்ஙனம் எழுத வைத்தன. 'காக்கை குருவி எங்கள் சாதி... நீள் கடலும் மலையும்

எங்கள் கூட்டம்' என்று எழுதிய மகாதுபாவர் அல்லரோ, நீர்! அது மாத்திரம் அன்றி, குயிலையே கதாநாயகனாய்க்கொண்டு குயில் பாட்டு என்கிற காவியத்தையே அல்லவோ படைத்திருக்கிறீர். அந்த பாதிப்பு அல்லவோ, என்னை இங்ஙனம் எழுத வைத்தது."

சுப்ரமண்யம் சொன்னார்:

"ஐயர்வாள். நான் உமக்குச் சொல்லியிருக்கிறேனே. இன்று காலையில்கூட குயில் சத்தம் கேட்டுத்தான் கண் விழித்தேன். தினமும் என்னை எழுப்புவது அதுதான். என்னைத் தொடர்ந்து நெல்லைச் சீமையில் இருந்து, இங்கு வந்து சேர்ந்திருக்கிறது ஓய். எந்த மாந்தோப்பில் இருந்து, அது பாடிக்கொண்டிருக்கிறதோ, தெரியவில்லை!"

ஐயர், மிகவும் யோசித்துவிட்டுச் சொன்னார்:

"அந்தக் குயில், எந்த மாந்தோப்பில் இருந்தும், பாடவில்லை. பாரதி அது உமது மனசில் உட்கார்ந்துகொண்டு பாடுகிறது"

அவர்கள் சம்பாஷித்துக்கொண்டிருக்கும்போதே, மழை பெய்ய ஆரம்பித்தது.

மழை, தொடர்ந்து பெய்தது. தூறலாய் ஆரம்பித்து, புயலுடன் சேர்ந்து மழை கொட்டியது. வானம் பொத்துக்கொண்டு வழிந்தது. என்ன மழை! அரைக்கணமும் விடமால் பொழிந்துகொண்டிருந்தது. அண்டம் பிளப்பதுபோல, இடி முழங்கிக்கொண்டிருந்தது. மனிதர், தெருவில் நடப்பதை ஒழித்தனர். தெரு நிரம்பி, நீர் பள்ளப் பகுதியில் புகுந்தது. அடைமழை என்றார்கள். சூரியன் முற்றாக மறைந்து, பகலிலும் இருள் சூழ்ந்தது. ஜன்னல் மறைப்புக்களை ஒண்டிக்கொள்ள வந்தன காக்கைகள். தங்கள் சிறகுகளை விரித்து, நீவிவிட்டு, சிலிர்த்து நீரைத் தங்கள் உடம்பிலிருந்து போக்க அவஸ்தைப்பட்டன பறவைகள். காற்று, பைத்தியக்காரன் வீசும் பட்டாக் கத்தியைப்போல, குறியும், இலக்கும் இன்றி வீசிக்கொண்டிருந்தது. மக்கள் காதுகளில் மழை பெய்யும் ஓசை தவிர வேறு ஓசை எதுவும் கேட்காமல் இருந்தது. மூன்று நாட்கள் பெய்த மழை, அன்று காலைதான் நின்றது.

கதவைத் திறந்துகொண்டு, வெளியே வந்தார் சுப்ரமண்யம். தெரு, வெள்ளக்காடாக இருந்தது. மனித அரவம் அற்றி வெறிச்சோடியிருந்தது. தெரு வெயில், தங்கம் உருக்கி

வார்த்ததுபோலப் பிரகாசித்தது. தெருவை நோட்டம் இட்ட அவர், செத்து விழுந்து கிடந்த காக்கைகளைக் கண்டதும் பதறித் துடித்துப் போனார். திடுமென, அன்று காலையில் இருந்து கூவாமல் இருந்த குயிலின் நினைவு வந்தது. சுற்றி இருந்த தென்னைகளும், மாமரங்களும் வேரொடும் பெயர்ந்திருந்ததைக் கண்டார். அந்த முகமற்ற குயில், எங்கே தங்கியிருக்கும்? இந்த மூன்று நாட்களில் என்ன உண்டிருக்கும்? உயிரோடுதான் இருக்குமா? அல்லது செத்துப் போயிருக்குமா?

வீட்டுக்குள் நுழைந்தார். தன் கறுப்புக் கோட்டை எடுத்து அணிந்து கொண்டார். முண்டாசுத் தலையுடன் புறப்பட்டார். அவர் தெருவில் இறங்கவும், அவர் சினேகிதரும் ரசிகர்களுமான விஜயராகவன், ராயர் என்று சிலரும் வந்து அவரைச் சேர்ந்துகொண்டார்கள். எல்லோரும் புறப்பட்டார்கள். சுப்ரமண்யம் அவர்களிடம் சொன்னார்:

"அன்பர்களே, குளிரில் இருக்கும், வீடிழந்த மனிதர்களுக்குப் பலரும் உதவப் புறப்பட்டிருப்பார்கள். நாம், இந்தப் பறவைகளைக் கவனிப்போம். மனிதர், நடுத்தெருவில் செத்து விழுந்து கிடப்பது மனிதர்களுக்கு இழுக்கு என்றால், பறவைகள் செத்துக் கிடப்பதும் மனிதர்க்கு இழிவுதான். நாம் ஒவ்வொருவரும், ஒவ்வொருத் தெருப் பக்கமாகச் செல்வோம். விழுந்து கிடக்கும் பறவையினங்களைச் சேகரிப்போம். அவற்றைக் கண்ணியமாகப் புதைப்போம்.

அவர்கள், ஒவ்வொருத் தெருவாகச் சென்று, இறந்து கிடக்கும் பறவைகளைச் சேகரித்தார்கள். சுப்ரமண்யத்துக்கு மட்டும், அந்தக் குயிலின் ஞாபகமாகவே இருந்தது. எங்கிருந்தாவது, அந்தக் குரல் கேட்டுவிடாதா என்கிற தவிப்பாகவே இருந்தது. அருகில் வந்துகொண்டிருந்த ஐயர் அவரிடம் கேட்டார்.

"பாரதி... என்ன எங்கேயோ சஞ்சரிக்கிறீர்?"

"எல்லாம் அந்தக் குயில்தான் ஐயரே. அதன் சுருதியைக் கேட்டு மூன்று நாட்களாகி விட்டது. அந்த ஜீவனுக்கு என்ன நேர்ந்ததோ என்கிற கவலைதான், மனசைப் பிடித்து உலுப்பிக்கொண்டிருக்கிறது."

"கவலைப்படாதீரும். குயில், உம்மை விட்டு எங்கே போய்விடும்? நீர் உம்மை என்னவென்று நினைத்தீர். நீர் குயிலின்கூடய்யா, கூடு! கூட்டை விட்டுக் குயில் எங்கே போய்விடும்?"

பாரதி, ஐயர் முதலான குழு பறவைகளைச் செஞ்சி சாலையண்டையில் குழி தோண்டிப் புதைத்தது. பிறகு வீடு திரும்பிற்று.

பறவைகளைத் தேடிப் புதைப்பதில் ஒரு நாளைச் செலவிட்ட சுப்ரமண்யம், அலுப்பு மிகுதியால், கண்ணயர்ந்தார்.

குயில் கூவிற்று. அவருக்கு விழிப்பு தட்டியது. எழுந்து அமர்ந்தார். அந்தக் குயிலுக்கு கூர்ந்து காது கொடுத்தார். அது, குயிலின் சுருதிதானா என்று தீர்மானிக்க முயன்றார். எல்லையற்ற நிம்மதியும், சந்தோஷமும் அவரைச் சூழ்ந்தது.

ஆம் குயில் கூவிக்கொண்டிருந்தது.

1994

சகோதரர் அன்றோ?

பாதிரியார் லூர்து சுவாமியார் மிகுந்த மனச் சங்கடத்திற்கு ஆளானார். லூர்து சுவாமியார் புதுச்சேரிக்கு மாற்றலாகி வந்து, நாலு தினங்கள் ஆகியிருந்தன. முதல் நாள், கோயிலுக்கு உள்ளே போனவர், மிகுந்த ஆச்சர்யம் அடைந்தார். சுவாமியார் பிரசங்கிக்கிற மேடைக்கு நேர் எதிராக, வயலுக்கு வரப்பெடுக்கிற மாதிரி ஒரு சுவர் கட்டப்பட்டிருந்தது. கோயிலுக்குள் இப்படி ஒரு சுவரை, அவர் இது காறும் பார்த்ததில்லை. பாரிசுப் பட்டணத்தின் புகழ் வாய்ந்த பல தேவாலயங்களில், இப்படி ஒரு சுவர் இருந்து அவர் பார்த்ததில்லை. அவருக்கு மிகுந்த ஆச்சர்யமாகி விட்டது. கோயில் பிள்ளையாக இருந்த ஒருவனை அழைத்து, "இது என்ன சுவர், எதுக்காக இங்கு இது கட்டப்பட்டிருக்கிறது?" என்று கேட்டார். கோயில் பிள்ளை சொன்னான்.

"சுவாமி, இது எங்களைப்போல இருக்கிற வர்களுக்கு உண்டான சுவர். சுவரின் இந்தப் பக்கம் மேல் சாதியார்கள், எசமான்கள் இருந்துகொண்டு பூசை கேட்பார்கள். மறுபக்கத்திலே, எங்களைப் போன்ற தாழ்ந்த சாதியார்கள் இருந்துகொண்டு பூசை கேட்பார்கள்"

கோயில் பிள்ளை சொன்னதைக் கேட்டு, லூர்து பாதிரியார் மிகுந்த துக்கத்துக்கு ஆளானார். பெரிய சாமியாருக்குத் துணையாக, கோயில் காரியங்களில் ஈடுபடுகிற போதெல்லாம் அவர் மனம் மிகுந்த கஸ்திக்கு ஆளாயிற்று.

லூர்து சுவாமியார் தன் அறையை விட்டு வெளியே வந்து தோட்டத்தின் பக்கம் சென்றார்.

கோயில் பிள்ளை, செடிகளுக்கு நீர் வார்த்துக் கொண்டிருந்தான். குண்டு மல்லிகையும், செம்பருத்தியும் கொத்துக் கொத்தாகப் பூத்திருந்தன. பூமியைக் கிளர்த்திக்கொண்டு, பச்சையாக வளர்ந்து நிற்கிற ஜீவ விகசிப்பைப் பார்க்கையில், அவர் மனசு சற்று லேசுப்பட்டு சாந்தமும் அடைந்தது. மலர்கள் என்கிற விந்தையைக் கண்கொட்டாமல் பார்த்துக்கொண்டு நின்றார். ஒரு பரவச உணர்வு அவரைத் தொற்றியது. அந்த மலர்களே, ஒரு வெள்ளை முகமாகப் பரிணமிப்பதை அவர் உணர்ந்தார். சாந்தமே உருவெடுத்த முகம். உலகத்துத் துன்பங்களையெல்லாம் தான் ஏற்று, உயிரையே பரித்தியாகம் செய்த முகம். உலகத்து அழுக்குகளையெல்லாம் தன் இரத்தத்தாலேயே கழுவிப் புனிதப்படுத்தின, தன் இரத்தத்தால் தானே ரத்த ஸ்நானம் செய்துகொண்ட புனிதனின் திருமுகம், முள் முடி அழுந்த, முட்கள் கீறிய சதையிலிருந்து குருதி வழிகிற முகத்தில இருந்தும், அந்த அருள் கமழும் திருமுகம் அவருக்குத் தென்பட்டது.

ஒரு கணம்தான். ஒரே கணம்தான். அந்தப் பரவச அனுபவம் அவருக்கு ஏற்பட்டது. மயிர் கூச்செரிந்தது சுவாமியாருக்கு. விடுவிடென்று கோயிலுக்குள் நுழைந்தார். சிலுவையில் அறையப்பட்டிருந்த அந்தத் திருக்குமாரனின் முகத்தைப் பார்த்தார். அதே முகம் எல்லையற்ற பேரன்பும், இணையற்ற மானுடக் காதலும் கொப்பளிக்கிற மனித முகம். இந்தத் திருமுகத்தை கண்டு தரிசித்த அவரின் கண்களுக்குள், அந்தச் சுவர் தட்டுப்பட்டது. செங்கல் மற்றும் காரையால் கட்டப்பட்ட மனிதர்களைப் பிரிக்கிற சுவர். அந்த நிமிஷத்தில், பாதிரியார் லூர்து ஒரு முடிவுக்கு வந்தார். கோயில் பிள்ளையை அழைத்தார், வந்தவனிடம் “ஓடு... உடனே ஓடிப் போய் சேரி மனுஷர்கள் இடத்திலே நான் அழைக்கிறதாகச் சொல்லி, அவர்களையும், அவர்களது நாட்டாமையையும் அழைப்பிச்சுக்கொண்டு வா” என்றார்.

ஒரு நாழிகையில், சேரி மனுஷர்கள் தங்கள் நாட்டாமையோடு லூர்து சுவாமியார் முன்னால் குழுமினார்கள். சுவாமியார்களின் மடத்துக்கு முன்னால், விசாலமான தோட்டம் இருந்தது. அதில் வயசான மரங்கள் பல இருந்து, வெயிலுக்குத் குடை பிடித்தன. தோட்டத்தில் மண் தரையில் அந்த ஜனங்களை அமர வைத்தார் சுவாமியார். தானும் அவர்களுடன் அமர்ந்துகொண்டு பேசத் தொடங்கினார்.

“பிரியமானவர்களே! கடந்த நான்கு தினங்களாக என்னை மிகவும் துன்புறுத்துகிற ஒரு விஷயத்தைப் பகிர்ந்து கொள்ளவே நான் உங்களை அழைத்திருக்கிறேன். இறைவன் இருக்கிற தேவாலயத்துக்ககுள்ளாகவே, மனுஷகுமாரனுக்கு முன்பாகவே, மனுஷர்களைப் பிரிக்கிற ஒரு மதில் சுவர், இங்கு எழும்பியிருக்கிறதே, அது எனக்கு மிகவும் விசாரத்தை ஏற்படுத்தியிருக்கிறது. இது என்ன கேவலம்? மனுஷர்களுக்குள் உயர்வு தாழ்வு ஏது? உங்கள் எல்லோரையும் கர்த்தர், ஒரு மாதிரியாகத்தானே படைத்தார்? அன்றி, உயர் சாதியினரைப் பன்னிரண்டு மாதங்களும், உங்களைப் பத்து மாதங்களும் கர்ப்பத்தில் அடைத்தாரா? நம் ஏசு பெருமான், உங்களையொத்த சாமான்யரையன்றோ, தம் சிஷ்யராக தம் அண்டையிலே கொண்டிருக்கிறார். மீன் பிடித்துக்கொண்டிருந்த பேதுருவையும், அவர் தம்பி அந்திரேயையும், மனிதர்களைப் பிடிக்கிற பெரிய மனிதர்களாக்கத் தம்மோடு சேர்த்துக்கொண்டார் அன்றோ? ஜனங்களில் உயர்ச்சி, தாழ்ச்சி கற்பிப்பதைக் காட்டிலும், ஊமை ஜனங்களாய், அதை ஏற்பது அதனினும் கேவலம் என்று உண்மையாகவே உங்களுக்குச் சொல்கிறேன். நீங்கள் மானஸ்தர்களே என்பதை எண்பிக்க வேண்டுமானால், உடனே நீங்கள் திரண்டு போய் பெரிய சாமியாரைக் கலந்துகொண்டு, கோயிலுக்குள்ளே இருக்கிற சுவரை இடித்துப் போடுங்கள்”

சுவாமியாரின் பேச்சு ஜனங்களைத் தொட்டது. அவர்கள் திரண்டு போய் பெரிய சாமியாரிடம் சென்றார்கள். ஜனங்கள் திரட்சியைக் கண்ட பெரிய சாமியார், “ஏது, சேரி ஜனங்கள் திரண்டு வந்திருக்கிறது?” என்று அன்பாகக் கேட்டார். அதற்கு நாட்டாமை இருந்துகொண்டு சொன்னார்:

“சுவாமி, உங்களுடைய சிஷ்யர்களாகிய எங்களைத் தாங்கள் ஒரு கண்ணினாலே பார்க்க வேணும். நாங்கள் கோவிலைத் துடைத்துச் சுத்தம் பண்ணுகிறோம். பலி பீடத்தை அலங்காரம் பண்ணுகிறோம். தங்களுக்கு உணவு தயாரிக்கிறோம். அப்படியிருக்க, தமிழ்க் கிறிஸ்துவர்கள், சட்டைக்காரர், வெள்ளைக்காரர் எல்லோரும் சுவரில் ஒரு பக்கம் இருக்க, நாங்கள் மறுபக்கம் இருந்து பூசை கேட்பது என்ன நியாயம்?” என்றார்.

பெரிய சுவாமியார் இருந்துகொண்டு சொன்னார்:

“உண்மைதான். நமக்கு நீங்கள் எல்லோரும் பிள்ளைகள்தான். எம்மிடம் உயர்ச்சி, தாழ்ச்சி இல்லை. உங்களுக்குள் ஒத்துமையாக இருந்துகொண்டு பூசை கேளுங்கள். அந்தச் சுவரை இந்த க்ஷணமே

இடித்துப் போடுங்கள். உங்கள் குறைகளை என்னைத் தட்டிச் சொன்னீர்கள். என் மனசைத் திறந்தேன். உங்கள் குறைகளை, நீதி கேட்டீர்கள். உங்களுக்கு அது தரப்பட்டது" என்று பெரிய சாமியார், அந்த ஜனங்களை ஆசீர்வதித்தார்.

அடுத்த அரை நாழிகைக்குள் அந்தச் சுவர் இடிக்கப்பட்டது. தரை மட்டம் ஆக்கப்பட்டது. இடிபாடுகளைப் பெருக்கித் துடைத்து வெளியே எறிந்தார்கள் ஜனங்கள். அந்த இடத்தில் ஒரு சுவர் இருந்த சுவடே அழிந்தது.

ஞானப்பிரகாசம், ஊரில் ஒரு பெரிய மனுஷராக இருந்தார். கப்பல் வர்த்தகத்தில் பெரும் புள்ளியாகவும், குவர்னருக்கு மிகவும் வேண்டப்பட்டவராகவும், குவர்னருக்கே வட்டிக்குப் பணம் தருபவராகவும் இருந்தார். ஊரில் மிகுந்த கியாதியும் உள்ள சீமான், அவர் கொதித்து எழுந்தார். அவரையொத்த சீமான்கள் சிலரைத் திரட்டிக்கொண்டு, பெரிய சாமியாரைப் போய்க் கண்டுகொண்டார்.

"சிரேஷ்டரே, தாம் வழக்கத்தை மாற்றலாமோ? பல காலமாகப் பெரியவர்கள், அவர்களுக்கு இந்த இடம், மற்றவர்களுக்கு இந்த இடம் என்றிருந்த ஏற்பாட்டை நீர் மாற்றலாமோ? நாங்கள் அந்தச் சனங்களுடன் எப்படி ஒன்றாக அமர்வது? இப்படி அநியாயம் பண்ணிப் போட்டீரே" என்றார் ஞானப்பிரகாசம்.

பெரிய பாதிரியார் சொன்னார்:

"ஞானப்பிரகாசம் அந்தச் சுவரை இடிக்கப் பண்ணினது என் தப்பல்ல. அதை இதுநாள் வரைக்கும் அனுமதித்தேனே, அதுதான் என் தப்பு. மலரைப் படைத்து உங்களுக்கு அளித்த தேவனுக்கு முள்ளைப் பரிசாக அளிக்கிறீரே? மனுஷ்யருக்குள் பாரபட்சம் எமக்கு உடன்பாடு அன்று. அது தேவனுக்கு விரோதம்?"

ஞானப்பிரகாசம் கோபத்தோடு சொன்னார்:

"ஓய் சுவாமி, உம்மைப் பாம்பு பிடுங்க! ஆந்தை முஞ்சிக்காரரே! நான் சொல்வதைக் கேளும். எம்மைத் தாழ்ந்த மனுஷர்களுடன் சம்மாக உட்காரப் பண்ணி எம்மைக் கேவலம் பண்ணிப் போட்டீர். ஆகையினால், நாங்கள் கோயிலையே புறக்கணிக்கிறோம். இனி, உம்மண்டை வந்து நாங்கள் பூசை கேட்க மாட்டோம், போம்..."

ஞானப்பிரகாசமும், மற்றவர்களும் கோபத்தோடு வெளியேறினார்கள்.

பாதிரியார் லூர்து, குவர்னர் துரை துய்ப்ளெக்ஸ் அவர்களைச் சென்று கண்டார். க்ஷேம லாபங்களைக் கேட்டுக்கொண்ட பின்னர் குவர்னர் துரை கேட்டார்.

"கோயிலிலே ஏதோ சம்பவம் என்று காவலர்கள் சொன்னார்களே, அது என்ன சமாசாரம் சுவாமி?"

"அதைச் சொல்லத்தான் வந்தேன்." என்று சொல்லி, மதில்சுவர் விவகாரத்தை விளக்கினார் லூர்து பாதிரியார். அனைத்தையும் கேட்டுக்கொண்டிருந்து விட்டு, குவர்னர் சொன்னார்:

"சுவாமி, நல்ல காரியம் செய்தீர்கள். கசப்பு மருந்தைக் கொடுத்திருக்கிறீர்கள். ஆனாலும் உடம்புக்கு நல்லது. எல்லாவற்றையும் நான் பார்த்துக் கொள்கிறேன். நீர் சுயேச்சையாக இரும்"

சுவாமியாரை அனுப்பி விட்டு, குவர்னர், கிரிமாசி பண்டிதரை அழைத்தார். பண்டிதரிடம் குவர்னர் சொன்னார்:

"கோயிலுக்கு வெளியே, எவனாவது நின்றுகொண்டு வம்பு பேசினாலோ, கோயிலுக்கு உள்ளே போகிறவரைத் தடுத்தாலோ, நாலு அறை அங்கேயே விடும். மீறினால், எவனாக இருந்தாலும், கொண்டு வந்து கிடங்கிலே போடும்"

"உத்தாரம். அப்படியே செய்கிறேன்" என்ற பண்டிதர், சேவகர்களுடன் புறப்பட்டார்.

ஞாயிற்றுக்கிழமை பூசை காணும் நேரம். ஞானப்பிரகாசம், கோயிலுக்கு வெளியே நின்றுகொண்டு, தம் ஆதரவாளர் சிலருடன், ஏதோ கத்தி சம்பாஷித்துக் கொண்டிருந்தார். அப்போது கிரிமாசி பண்டிதர் அருகே வந்தார்.

"ஓய், யாரையா நீர்?"
"நான் ஞானப்பிரகாசம். வர்த்தகர்."
"சரி, இங்கே என்ன பண்ணுகிறீர்?"
"பாதிரியாரின் துஷ்ட நடத்தையைப் பற்றிப் பேசிக்கொண்டிருக்கிறேன்"

"அதெல்லாம் பேசப்படாது. உமக்குப் பிடிக்கவில்லையென்றால், வீட்டுக்குப் போம். அல்லாவிடில் கோயிலுக்குப் போம்"

"போகாவிடில் என்ன செய்வீர்?"

"கழுத்தில் அறைந்து, கிடங்கில் போட உத்தரவு"

திகைத்துப் போன ஞானப்பிரகாசர், "யார் உத்தரவு?" என்றார்.

"குவர்னர் துரை உத்தரவு" அவருடன் நின்று பேசிக்கொண்டிருந்தவர்கள் அனைவரும் ஒவ்வொருத்தராக நழுவி, கோயிலுக்குள் போயிருந்தார்கள்.

பாதிரியார் இன்னும் பூசைக்கு வந்திருக்கவில்லை.

ஞானப்பிரகாசர், கோயிலுக்குள் இருந்த நாற்காலிகள் ஒவ்வொன்றாக எடுத்து, குறுக்காக அடுக்கத் தொடங்கினார். தொடக்கத்தில், அவர் செய்கிற காரியத்தின் அர்த்தம் யாருக்கும் விளங்கவில்லை. அப்புறம் தெரிந்தது.

சுவர் இருந்த இடத்தில், இப்போது நாற்காலிகள் சுவரை உருவாக்கி இருந்தன. உயர் சாதியினர் ஒரு புறமும், மற்றவர் மறுபுறமுமாக அமர்ந்தார்கள்.

லூர்து பாதிரியார் தானாக விரும்பி, மாற்றலுக்கு விண்ணப்பித்துக்கொண்டார். மாகியில் இருக்கிற கோயிலில் அவருக்குப் பணிசெய்ய, உத்தரவு ஆகியது. தன் மூட்டை முடிச்சுகளுடன் கப்பல் ஏறினார் பாதிரியார். அவர் மனம் அழுதுகொண்டிருந்தது. கடற்கரையிலிருந்து, தேவாலயம் தெரிந்தது. சிலுவையும் தெரிந்தது. அவர் அதையே பார்த்துக்கொண்டிருந்தார்.

திடீரென்று அவருக்கு ஒரு பிரமை. சிலுவையில் இருந்து தேவகுமாரன், திடீரென்று காணாமல் போயிருந்தார்!

1993

சம பந்தி

பெத்ரோ கனகராய முதலியார் ஒழுகரைக்குக் கீழ் அண்டையிலே இருக்கிற ரெட்டியார் பாளையத்தில் நூதனமாகக் கட்டிய பாதிரி கோயிலைப் பற்றியே மனுஷப் பேச்சாக இருந்தது. சுமார் ஆறு வருஷத்துக்கு முன்னாலே விழுந்து போன தன் ஒரே புத்திரனான பெலவேந்திர முதலியின் ஞாபகத்தை ஸ்திரம் பண்ணுவதை முன்னிட்டு, முதலியார், வெல்வேந்திரன் என்று அழைக்கப்படும் 'சேந்த் ஆந்த்ரே'* பேரிலே கோயிலை ஸ்தாபனம் பண்ணினார். அது குறித்துத்தான் ஊரே 'கொல்லென்று' பேசியது.

கோயில் கட்டுவித்ததில் ஏகச் சிறப்புகள் இருந்தன. பெத்ரோ கனகராய முதலியார் பிரெஞ்சுக்காரர்களின் தலைமைத் தரகராகவும் தலைமைத் துபாஷாகவும் தமிழர் தலைவராகவும் விளங்கினார் என்பது ஒன்று. ஊரிலே பெரிய மனுஷன் கட்டின கோயில் என்பதனால் அது! ரெண்டாவது, இருபத்தியோரு வயசிலே காலம் பண்ணிப் போன பெலவேந்திர முதலி பற்றிய ஞாபகங்கள் மீண்டும் நிலை நாட்டப்பட்டதால் ஜனங்கள் மனசிலே ஏற்பட்ட தாபந்தத்தினால் என்பதும் ஒன்று. மகா திரவியவந்தனாய், மகா யோக்யதையாய் ஜீவனம் பண்ணிக்கொண்டிருந்த பெத்ரோ முதலிக்கு இருந்த ஒரே சிறுவன், பால்ய வயசிலே மரணம் பண்ணுவதாவது? கல்யாணம் ஆன நாலைந்து வருஷத்திலே பெண் சாதி சந்திரமுத்து அம்மாளை விதவையாக்கிப் போட்டு செத்துப் போதல் மகா அபாக்யம் இல்லாமல் வேறென்ன? சிறு வயசுப் பையன் செத்துப் போதல் என்பது மட்டும் ஊர்

ஜனங்களின் கஸ்திக்குக் காரணம் அல்ல. பெலவேந்திரன் ஜீவியவந்தனாய் இருந்த காலத்தில் செல்வச் செருக்கு சிறிதுமின்றியும் தன் தகப்பனாரிடத்தில் குருவிடம் ஒரு சிஷ்யன் இருப்பது போலவும் இருந்தான். அப்படிப்பட்ட ஒருவன் மரித்துப் போனது ஜனங்களுக்கு வெகு தாபந்தத்தை உருவாக்கி இருந்தது.

*Saint & Andre என்ற பிரெஞ்சுப் பெயரை வெல்வேந்திரன் அல்லது பெல்-வேந்திரன் என்பர். பலம் கொண்டவர் என்பது இதன் தாத்பர்யம்.

துபாஷ் கனகராயர், நாட்டாண்மைகளைத் தன் மாளிகைக்கு அழைப்பித்திருந்தார். அவர் அழைப்பை ஏற்றுக் கொண்டு பிராமணர்களில் சோமாசி ஐயன், அன்னபூரண ஐயன், வெள்ளாளார்களில் நல்லதம்பி முதலி, செட்டியார்களில் ஆதிவராக செட்டி, பவழக்கார உத்திரபெத்து செட்டியார், சின்னது முதலியார், கருத்தம்பி நாயனார், கோமுட்டிகளில் லட்சுமி நரசு, கம்மாளர்களில் பெரியண்ணன், நாயக்கர்களில் கோபாலு நாயக்கன், கோனார்களில் ராசாக்கண்ணன், வாணியர்களில் ராதாகிருஷ்ணன், வெள்ளைக்காரர்களில் குவர்னர் துய்ப்ளெக்ஸ், அவர் பெண் சாதி மூான் அம்மாள், நீங்கலாக மற்றவர்களில் பிரதானமான பெல் கோம்பு, கிறிஸ்துவர்களில் ஆரோக்கிய சாமி மற்றும் பெரிய குருசு, பறையர்களில் வீர மாசானம், வெள்ளை பாதர் முதலான பெருமக்கள் முதலியார் வீட்டு முற்றத்திலே கூடி இருந்தார்கள்.

அப்போது தன் உத்தியோக ஆடையோடு வெள்ளை அங்கியும் கழுத்து மாலையும் பிரான்சு தேசத்து ராசா பகிர்ந்தளித்த பதக்கம், இடையில் பிச்சுவா சகிதம் துபாஷ் கனகராயர் பிரசன்னம் ஆனார். சபையோர்களில் நடுவாந்தரத்தில் அமர்ந்துகொண்ட துபாஷ், சபையோர்களைப் பார்த்து “ஆகாராதிகள் ஆச்சுதா?” என்று வினவினார்.

“ஆச்சுது” என்றார் மகா நாட்டார்.

“பானம், பானகம் ஆச்சுதா?”

“ஆச்சு... ஆச்சுது”

“வெற்றிலைத் தாம்பூலம் ஆச்சுதா?”

“பேஷாய் ஆச்சுது”

“நல்லது! மகா நாட்டாரிடம் ஒரு விக்ஞாபகம்”

“சொல்லுங்களேன்.”

“என் ஒரே குமாரன் பெலவேந்திர முதலி, ஆறு வருஷங்களுக்கு முன்னதாக கர்த்தரின் அடி சேர்ந்ததை நீர் அறிவீரோ, மாட்டீரோ?”

“அறிவோம் அந்தப் பிள்ளையாண்டானுக்காக கஸ்திப்படாத சனம் இங்கே யார் இருக்கிறார்கள்?”

“அந்தப் பிள்ளையாண்டானின் ஞாபகார்த்தமாக ஒழுகரை ரெட்டியார் பாளையத்தில் என்னால ஆன சிறு ஆலயம் ஒன்று கட்டுவித்து பூசைக்கு ஏற்பாடு செய்திருக்கிறேன். வருகிற கார்த்திகை மாசம் 19ஆம் தேதி செவ்வாய்க்கிழமை அதைத் தொட்டு ஒரு விருந்து ஏற்பாடு பண்ணி இருக்கிறேன். என் மகன் பெலவேந்திரனின் ஆன்மா எப்போதும் இன்பத்தில் அசைந்துகொண்டிருக்கும் பொருட்டு, மகா நாட்டார் எல்லாரும் ஒழுகரைக்கு எழுந்தருளி, அடியேன் சமர்ப்பிக்கிற சிறு உணவை உண்டு, என்னை கவுரவிக்க வேணும்.”

“அதனால் என்ன? தமிழர்களுக்கெல்லாம் தலைமை நடத்துகிற மகா மனிதர் நீர். உமது வேண்டுதலை மறுப்போமா?” என்று ஒப்புக்கொண்டார்கள் மகா நாட்டார்.

மகா நாட்டார் துபாஷ் வீட்டிலிருந்து வீதிக்கு வந்தார்கள். சற்று தூரத்திலே கடைத் தெரு அமைந்திருந்ததால் தெருவில் ஜனங்கள் நடமாடிக்கொண்டிருந்தார்கள். மகா நாட்டாரை அன்னபூரண அய்யனும், சின்ன முதலியாரும் தடுத்து நிறுத்தினார்கள்.

“மகா நாட்டாருக்கு சம்பிரதாயம், சம்பிரமம், முறை எல்லாம் மறந்து போச்சுதா என்ன?” என்றார் அன்னபூரண அய்யன்.

“ஓய் என்ன சொல்கிறீர்?” என்றார் சிவ மகா நாட்டார்.

“பின்னே என்னாங்காணும்? உம்மை, எம்மை துபாஷ் விருந்துக்கு அழைச்சது சரி, இந்த பள்ளு பறைகளை நமக்குச் சரி சமமாக அழைச்சது என்ன சரி? நீரும் பவழக்கார பெத்து செட்டி மாதிரி மகா மனுஷர்கள் எல்லாம், எப்படி இந்த அக்குறும்புக்கு ஒத்துக் கொள்கிறீர்?”

“விருந்து கொடுப்பவர் நீரோ, அவரோ? அவர் பலபட்டடை சாதியாரையும் அழைக்கையில் நீர் என்னத்துக்கு அலட்டுகிறீர்?”

“ஓய், என்ன பேச்சு பேசுகிறீர்? சாம்பான் வீர மசானத்தோட சரிக்குச் சமனாக அமர்ந்து சாப்பிடுவீரா? உமது கௌரதை, சாதி,

ஆசாரம், என்னாகிறது? எல்லோரும் உம்மை என்னவென்று நினைப்பார்கள்?"

அய்யன் சொன்னது எல்லோரையும் யோசிக்கச் செய்தது. என்ன இருந்தாலும் அய்யன் பொய்யா சொல்வான்? அதிலும் அவன் வைத்தியன் வேறு.

முதலியார் சொன்னார்:

"அய்யன்! துபாஷ் அப்படிகூட செய்வாரா? அவருக்கு அத்து தெரியாதா? இடங்கையாரையும் வலங்கையாரையும் அருகருகே அமரப் பண்ணுவாரோ?"

"அருகருகே உட்கார்ந்தாலும்கூடப் பரவாயில்லை ஐயா. பறையரை விட்டுச் சமைக்கப் பண்ணி நமக்குச் சோறு பரிமாற மாட்டார் என்பதுக்கு என்ன உத்தரவாதம்? எந்த குழம்பு பண்ணுகிறான், எங்கு ரசம், கூட்டு பண்ணுகிறான் என்று நீர் போய்ப் பார்ப்பீரோ? ரசத்திலே பசு காது மிதக்கும், குடியுங்கோ. எக்கேடும் கெட்டுப் போங்கோ. எனக்கென்ன ஆச்சுது. நம்மளவாள் ஆச்சுதே என்று சொன்னேன். பெரிய மனுஷர்க்கு அபகீர்த்தி வந்து விடக்கூடாது என்கிற நல்ல எண்ணம். காரணம்? யோசியுங்கோ"

மகா நாட்டார் மனசுக்குள் பூதாகாரமான சந்தேகங்கள் கிளம்பிவிட்டன. விருந்துக்கு முதல் நாள் இரவில் இருந்தே நூற்றுக்கணக்கான பசுக்கள் கொல்லப்படுகின்றன. இரத்தம் ஆறாய்ப் பாய்கிறது. மாட்டுக் குழம்புகள் போட்டு சாம்பார், எலும்புகளால் ஆன ரசம், காதுப் பொரியல், குடல் வறுவல்...

"கிரகச்சாரம்" என்றார் செட்டியார்.

"ஓய், அன்றைக்குச் சிப்பாய்கள் கையில் தடியும் துப்பாக்கியும் ஏந்தி தெருவிலேயும் கோயிலுக்குள்ளேயும் போசனம் பண்ணும் இடத்திலேயும் இருப்பான்கள். நாம் உண்ண மறுத்தோமோ, போச்சு, அடித்து வதம் பண்ணி நம்மைத் தின்னப் பண்ணுவான்கள்" என்றார் பவழக்கார பெத்து செட்டியார்.

முகத்திலும் அகத்திலும் கிலியடித்துப் போய்ச் சேர்ந்தார்கள் அவர்கள்.

துபாஷ் முதலியார் தன் அணுக்கப் பணியாளர் மைக்கேல் பிள்ளையுடன் பேசிக்கொண்டிருந்தார்.

"முசியே பிள்ளை... விருந்து ஏற்பாடெல்லாம் எந்த மட்டில் இருக்கிறது?."

"மிக நல்ல விதமாக நடந்துகொண்டிருக்கு ஐயா. அதில் ஒரு குறையும் இல்லை."

"எத்தனை சனம் கலந்து கொள்ளும் என்று நினைக்கிறீர்?"

"சுவாமி, புதுச்சேரியில் வாழப்பட்ட சனம் இந்தப் பொழுதில் எண்பதினாயிரம் பேர்கள். அதிலே முப்பதினாயிரம் பேர்களாவது விருந்துக்கு வரும் துரையே."

"நல்லது, சமையல் ஏற்பாடெல்லாம் என்ன விதம் ஏற்பாடு பண்ணுகிறீர்?"

"ஒழுகரையில் இருக்கிற நாலு சத்திரங்களிலும் மொத்தம் இருபத்தினாலு பிராமண சமையல்காரர்கள், பரிசாரகர்கள் இருந்து உணவு சமைக்கிறார்கள் பெருமானே. அப்புறம், மொத்தம் இருக்கப்பட்ட பதினாலு தோட்டங்கள், நாற்பத்தெட்டு தென்னந்தோப்புகள் முதலானதுகளில், மொத்தம் பெரிய பிராமணர்கள் இருநூற்றுநான்கு பேர், சின்ன பிராமணர்கள் முன்னூற்று அம்பத்தெட்டு பேரும், பதார்த்தம் பண்ணிக்கொண்டிருக்கிறார்கள் பிரபுவே! ஆனால் ஒரு சங்கதி..."

"சொல்லும்"

"இடங்கைச் சாதியார்கள் வலங்கைச் சாதியார்களில் சில பிரிவினரின் அருகே சமமாக அமர்ந்து சாப்பிடறதாவது என்று அழிச்சாட்டியம் பண்ணுகிறார்கள். அதுவுமன்னியில், மாடு அறுத்து அதை அனைவருக்கும் சமைத்துப் போடுவதாக ஒரு புரளி கிளம்பி இருக்கிறது."

"இது மாதிரியெல்லாம் பேசிக்கொண்டு திரிகிறவர் யாராக இருக்கும்?"

"முதலில் அன்னபூரண அய்யனும், அப்புறம் அப்பு முதலியும், அப்புறம் பெத்து செட்டியாரும் இன்னமும் வேறு சாதியாரும் பேசிக்கொண்டிருக்கிறார்கள்."

"முசியே பிள்ளை, இறைவருடைய சன்னிதானத்துக்கு முன்னர் அனைவரும் சமம். அதைத் தொட்டு அத்தனை சனங்களும் சாதி வேறுபாடு இல்லாமல்தான் கோயில் விருந்தில் கலந்து கொள்ள வேண்டியது. யாருடைய பழக்க வழக்கத்துக்கும்

குந்தகம் வந்துவிடக்கூடாது என்பதுக்காக வேண்டித்தானே பிராமணர்களைக்கொண்டு சமைக்கிறது"

"சுவாமி, நான் இதுகளைச் சொன்னேன். கடலூர், சிதம்பரம், வைத்தீஸ்வரன் கோயில், திருவதிகை என்று பலப்பல இடங்களிலிருந்து சமைக்கிறதுக்கு என்று பிராமணப் பரிசாரகர்களை அழைச்சுக்கொண்டு வந்திருக்க, இந்த அய்யனும் அவனோடு சேர்ந்துகொண்டு இந்த இடங்கையார்களும் இந்த விதம் அழும்பு பண்ணுகிறார்களே...?"

"பிள்ளை, நீர் விசாரப்படுவானேன்? நம் மனசுக்கு விரோதம் இன்றி, யார் ருசியும் யார் மனசும் பின்னப்படக்கூடதென்றே நாம் விசனிக்கிறோம். கடவுளுக்கு முன்பாகக்கூட இவர்கள் அருகருகாக அமரமாட்டேன் என்று சொல்லுவது அவர்களுக்கான பாவம். போகட்டும், அவர்கள் என்ன பண்ணுவதாக உத்தேசம்?"

"துபாஷ் முதலியார் அழைச்சதுக்காக, வருவார்களாம். பின்னே, சாப்பாட்டுக்கு அமரப் போவதில்லையாம்."

"சக ஜனங்கள், சக மனுசர்கள் என்கிறதுக்காக அவர்களை நாம் அழைச்சோம். விரும்பினால் வரட்டும். அல்லாவிடில் போகட்டும். குவர்னருக்கும் மதாமுக்கும் கொன்சேல் துரைமார்களுக்கும் என்ன ஏற்பாடு."

"துரைமார்களுக்கு அவர்களது பரிசாரகர்களைக்கொண்டே சமைப்பித்துக் கொண்டு போகிறோம். அங்கே தீனி மேசை தயார் பண்ணி, அதிலே அவர்களுக்குச் சாப்பாடு பண்ணப் போகிறோம்."

"செய்யும், கர்த்தரின் மேல் பாரத்தைப் போடும். அவர் அவருக்குப் பிரீதியானதை நடத்திக் கொடுப்பார்."

எப்போதும் ஒழுகிக்கொண்டே இருக்கும் கரைகளை உடையதும், ஏராளமான பச்சையான தோட்டங்கள் துரவுகள், தோப்புகள் ஆகியவைகளைக் கொண்டிருப்பதுமான ஒழுகரைப் பகுதியில் காம்பீர்யமாக எழுந்து நின்றிருந்தது அந்த கோயில். பெலவேந்திரருக்கு ஒப்புக் கொடுக்கப்பட்டதைக் குறிக்கும் முகமாக, கோயிலில் முதல் நிலை உச்சியில் பெலவேந்திரரின் சிலுவையுடன்கூடிய சிலைச் சொரூபம் இருந்தது. மிகவும் அகன்றதும் விஸ்தாரமானதுமான பெரிய தோட்டத்துக்குள்ளே அது இருந்தது. கோயிலுக்குப் பின்புறம், கண்ணுக்கெட்டிய

தூரம், தென்னை மரங்கள் அடர்ந்திருந்தன. கோயிலின் வடபாரிசத்திலே துபாஷ் முதலியார், பெலவேந்திரர் கோயிலை சேசு சபைப் பாதிரிகளுக்குக் காணிக்கை ஆக்கியிருந்த கல்வெட்டு புதைக்கப்பட்டிருந்தது. ஒரு பெரிய சிலுவையைப் படுக்க வைத்தாற்போல அந்தக் கோயில், நீள வாக்கில் படுத்தும் தன் இருகைகளை விரித்தாற் போன்றும் காட்சி அளித்தது.

ஒழுகரையின் நிழல் மரங்களுக்குக் கீழேயும் கட்டடங்களுக்கு உள்ளேயும் வெளியேயும் பலப்பட்டைச் சனங்கள் குழுமி இருந்தார்கள். இடங்கை, வலங்கை தாசிகள் தம் கோஷ்டியாருடனே ஆடும் சப்தம், வெள்ளைக்காரர்களுக்குப் பிரீதியான வாத்தியங்களின் சப்தம், நாதசுரம், தவில் சப்தம், மக்கள் போடும் சப்தம் என்ற குழம்பின சப்தங்கள், ஊர் முழுக்கக் கேட்டபடி இருந்தது. கோயில் அலங்காரம் பண்ணப்பட்டிருந்தது. தெரு ஓரம் இருந்த கூன், குருடு, நொண்டிப் பிச்சைக்காரர்கள் முகங்களும் சந்தோஷமாக இருந்தன. கோயிலுக்குப் பின்னால் துணியால் ஆனகூரை போடப்பட்டு உணவுக்கு ஏற்பாடு செய்யப்பட்டிருந்தன. கோயிலுக்கு முன்னால் இருந்த வெளியில் துணிப் பந்தல் போடப்பட்டு, தீனி மேசை போடப்பட்டிருந்தது. குவர்னர் துய்ப்ளெக்ஸ், தன் பெண்சாதி ழான் அம்மாளோடும், சின்னதுரை மற்றும் கொன்சேல்காரர்களுடனும் புறப்பட்டு வந்துகொண்டிருப்பதாக குதிரைச் சேவகன் வந்து சொன்னான்.

குவர்னரை, வரவேற்பு செய்யும் பொருட்டு துபாஷ் கனகராயர், வீதிக்கு வந்தார். சாவடி முத்தையா முதலியாரும் கருத்தம்பி நயினாரும் அவர் பக்கலிலே இருந்தார்கள். கோயிலுக்கு இடப்பாரிசத்தில் கும்பல் கும்பலாக நாட்டாண்மைக்காரர்கள் நின்றிருந்தார்கள். சற்று தள்ளி, வலங்கைப் பறையரான நாட்டாண்மைக்காரர்கள் ஒரு குழுவாக இருந்தார்கள். சூழ்நிலை சரியில்லை என்று துபாஷுக்குத் தோன்றவே, துபாஷ் அவர்கள் அருகிலே சென்றார். இடங்கையர்க் குழுவிலே நின்றுகொண்டிருந்த அன்னபூரண அய்யனும் சின்னது முதலியும் துபாஷ் வருகிறதை அறிந்தும் எங்கேயோ பராக்கு பார்த்த வண்ணம் இருந்தார்கள். துபாஷ் அவர்களை நெருங்கி "நாட்டார்கள் போய்ப் பந்தியில் அமரலாமே..." என்றார்.

"அமர்ந்தால் போச்சுது" என்றவர்கள், நின்றவாறே இருந்தார்கள். ஆகவே, துபாஷ் தொடர்ந்து கேட்டார்.

"நாட்டார்களே... நீங்கள் விருந்துக்கு எழுந்தருளப் பண்ணாமல் இருக்கிறது என்ன?"

அன்னபூரண அய்யன், சின்னது முதலியார், பெத்து செட்டியார் ஆகியோர் துபாஷுக்கு உத்தாரம் அளிக்க முன் வந்தார்கள்.

"துபாஷ் பெருமானே! மகன் பெயரால் மகத்தான காரியம் பண்ணி இருக்கிறீர். குளம் வெட்டுவார்கள். கிணறு வெட்டுவார்கள். ஆனால் கோயில் கட்டுகிறவர்கள் யார்? நீர் அன்றோ! ஆனால், உசந்த காரியத்தில் சாஸ்திர விரோதம் இருக்கலாமோ?"

"சாஸ்திர விரோதம் என்கிறது என்ன?"

"ஊரிலே இருக்கப்பட்ட பெரிய மனுஷாளை எல்லாம் அழைப்பிக்க இருக்கிறீர். என்னைப் போல பிராமணர்கள், முதலிகள், செட்டிகள், கோமுட்டிகள், எல்லோரும் வந்திருக்கிறோம். எங்கள் ஆசாரம் தாங்கள் அறிவீர்கள். ஊரிலே முதல் மனுஷராக இருக்கப் பட்ட நீர் உணவு பதார்த்தங்களை யார் யாரையோ வைத்து ஆக்கியிருப்பதாகக் கேள்விப்படுகிறோமே, அஃதென்ன அக்குறும்பு?"

"ஓய் அய்யரே! அதோ பாரும்! சோற்று மலைகள், வைக்கோல் மேல் பரப்பின வெள்ளை வஸ்திரங்கள் மேல் இடப்பட்டு ஆவி பறக்கறதே பாரும்! அதன் அண்டையிலே யானைகளின் தலைகள் மாதிரி கன்னங்கரிய சாம்பார் அண்டாவைப் பாரும்! ரசம், கூட்டு, பொரியல், அவியல், துவையல், ஊறுகாய், வடை பாயசம் தேங்காய் சாதம், புளிசாதம், பருப்பு சாதம், உளுந்து சாதம், கீரை சாதம் என்ற நானாவிதமான சோறுகளும் ஆவி பறக்க, அந்த ஆவியானது எழுந்து வானத்தில் படிந்து, வெள்ளை வானத்தைக் கறுப்பாக அடிக்கிறது பாரும். அதன் அருகிலே போய்ப் பாரும். அதுகளை ஆக்கியவர்கள் யார் என்று கேளும்"

அருகில் இருந்த மைக்கேல் பிள்ளை சொன்னார்:

"ஓய் அய்யன், சின்னது முதலி, நாட்டார்மார்களே! நானாச்சுது தென்தேசம் முழுக்கப் பயணம் பண்ணி பிராமணர்களை அழைச்சுக்கொண்டு வந்தது? எல்லார் ஆசாரத்துக்கும் பங்கம் வரக்கூடாது என்று நாங்கள் காரியம் செய்ய, நீர் ஏன் அழிச்சாட்டியம் பண்ணுகிறீர்?"

துபாஷ் முதலியார் சொன்னார்:

"பிராமணரை வைத்துப் போஜனம் தயார் செய்ய வேண்டியதுதான் சிலாக்கியம் என்று நீர்தானே அன்றைக்கு எ‌ன்னிடம் சொன்னீர். உமது பேச்சுப் படித்தானே செய்தோம்."

அன்னபூரண அய்யன் விழித்தார். சொன்னார்:

"வாஸ்தவம்தான், தாங்களும் அந்தப்படித்தான் செய்தீர். ஆனால் மகா நாட்டார் சம்மதி ஆகவில்லையே?"

"நமக்கு ஆசாரம் இல்லை என்றாலும், அதிலே நமக்குத் திருப்தி என்றாலும், உங்கள் ஆசாரம் எம்மால் கெடப்படாது என்பதுக்கு பிராமணரைக் கொண்டு அன்னம் பண்ணுவித்தோம். இதிலே மகா நாட்டார் எவருக்கேனும் ஐயம் உளதோ?"

"அய்யனே... அப்படி அன்று. உமது ஏற்பாட்டில் எமக்குப் பரிபூரண சம்மதமே"

"பின் ஏன் தயக்கம்?"

"அன்னபூரண அய்யன்தான் பிரியாது பண்ணிக் கொண்டிருந்தார். எங்கள் அய்யம் தெளிந்தது."

"அப்புறம் என்ன? தலைவாழை விரித்திருக்கிறது போய் அமருங்களேன்."

"முதலியார் பெருமானே, அப்புறமும் ஒரு சங்கடம்."

"என்னது?"

"நாமும் பள்ளு பறையும் ஒரு சீரில் அமரவைக்கப்படலாமோ?"

"ஏன், ஒரு சீரில் அமர்ந்தால் என்ன போச்சுது? பெரியவர் சிறியவர் என்பதெல்லாம் நாம் பார்த்து வைத்துக் கொண்டதுதானே? கர்த்தருக்கு முன், கடவுளுக்கு முன் நாம் உசத்தி, தாழ்த்தி பார்க்கிறது என்ன? நம் சாஸ்திரத்தில் அப்படி எழுதப்பட்டிருக்கவில்லை."

"உமது வேதத்தில் இல்லாமல் இருக்கிறது. எமது சாஸ்திரத்தில் உண்டே."

"அதை உமது காரியத்தில் வையுமேன். எமது காரியத்தில் அந்த முழத்தை எதுக்கு அளக்கிறீர்?"

துபாஷ் மேலும் சொன்னார்:

"நீங்கள் உணவைத் திரஸ்கரிக்கலாமோ? ஆண்டவர் அதனை 'இது என் சரீரம், இது என் ரத்தம்' என்றார் அல்லவோ? 'உயிர் தரும் உணவை' நீர் உதாசீனம் செய்யலாமோ? ஆண்டவர்

தன் ரத்தத்தைக் குடிக்கவும் தன் தசையைத் தின்னவும் தந்து உணவாகிறார். அங்ஙனம் இருக்க, நீர் அழிச்சாட்டியம் பண்ணுகிறதென்ன? உம்மை மாடுகளுக்குப் பக்கத்திலும் பன்றிகளுக்குப் பக்கத்திலும், குதிரைகளின் ஊடேயுமா அமரச் சொன்னேன்? இல்லையே. அப்படி இருக்க, நீர் தாபந்தப்படுவதென்ன?"

துபாஷ் சொல்லிக்கொண்டிருக்கும்போதே பரபரப்பானது. குவர்னர் பல்லக்கும் குவர்னர் பெண்சாதி பல்லக்கும் சின்னதுரை முதலான பேரின் பல்லக்கும் வந்துகொண்டிருந்தன. குவர்னர் வருகையின் பொருட்டு வெடிகள் முழங்கின. அருகில் வந்ததும் குவர்னரும் துரைசாணியும் பல்லக்குகளில் இருந்து வெளிப்பட்டனர். துபாஷ் அவர்களின் அருகில் போய் நின்றார். மகா நாட்டார், துரைகளை அணுகி நின்றார்.

துரையின் முன் ஏதாவது அசம்பாவிதம் நிகழுமோ என்று எல்லோர் முகத்திலும் அச்சம் துலாம்பரமாய் வெளிப்பட்டது.

துபாஷ் வணங்கியபடிச் சொன்னார்.

"மேன்மை தங்கிய துரை, துரைசாணி மற்றும் இருக்கிற பிரபுக்களின் வருகையால் என்னையும் காலம் பண்ணின என் மகனையும் கனம் பண்ணிப் போட்டீர்கள். பெருமான், கோயிலுக்குள் வந்து பூசை போட்டு அடியேன் பண்ணுவிக்கிற விருந்தை ஏற்று அருள் புரிய வேணும்."

"தாங்கள் பணிகிறது, தங்களது உயர்வுக்கு அழகானதே."

மாதம் தூய்ப்ளெக்ஸ் சொன்னார்:

"முசியே பெத்ரோ, கோயிலை மிகக் கம்பீரமாகக் கட்டி விட்டீர்களே!"

"மெர்சி மதாம், நானா கட்டினேன். கர்த்தர், அவராகக் கட்டிக்கொண்டார்."

துய்ப்ளெக்ஸ் சிரித்துக்கொண்டே சொன்னார்:

"பெத்ரோ, ரொம்பவும் தன்னடக்கமும் நன்னடத்தையும் உள்ள பெரிய மனுஷன்"

"உள்ளது."

குவர்னர் திரும்பி சற்று தூரத்தில் நின்ற நாட்டார்களைக் கண்டார்:

"இந்தச் சனங்கள் என்னத்துக்கு இங்குக் குழுமி நிற்கிறார்கள்?"

துபாஷ் சமத்காரமாகச் சொன்னார்:

"எங்களுடைய பெரிய விருந்தாளியே நீர். நீர் தீனி மேசையில் அமர்ந்த பின்தான் அவர்கள் அமர முடியும். தாங்களே அவர்களை அமரப்பண்ணி உத்தாரம் பண்ணுவீராக"

துய்ப்ளெக்ஸ், நாட்டார்களைப் பார்த்து அருகில் வரக் கை அசைத்தார். நாட்டார் அனைவரும் இடக்கை, வலங்கை அனைவரும் அவரை நெருங்கிக்கொண்டு நின்றார்கள். அன்னபூரண அய்யன், சின்னது முதலி, பெத்து செட்டி முதலானோர் துரையின் வெகு அருகாமைக்குப் போனார்கள்.

"என்னை என்னத்துக்கு எதிர்பார்க்கிறீர்? நீங்கள் சாப்பாட்டைத் தொடங்கி இருக்கலாமே?" என்றார் துய்ப்ளெக்ஸ் அவர்களைப் பார்த்து.

அன்னபூரண அய்யன் சொன்னார்:

"அபசாரம்! பெருமானே! தாங்கள் கை நனைக்காமல் நாங்கள் உணவு கொள்வதாவது?"

சின்ன முதலியார் சொன்னார்:

"குவர்னர் எசமானே! தலையிருக்க வால் ஆடலாமா?"

பெத்து செட்டி வணக்கம் செய்து சொன்னார்:

"உம்மை போன்ற ராசாக்கள், பெருமான்கள் பெருமாளுக்குச் சமம். நீங்கள் சாப்பிட்ட பிறகுதானே எங்களுக்கு"

குவர்னர் தம்பதிகள் தீனி மேசையில் போய் அமர்ந்தார்கள். நாட்டார்கள் கலந்து அமர்ந்தார்கள். பக்கத்தில் இருப்பவர் பற்றி அறிய யாரும் சித்தமாக இல்லை.

உணவு நன்றாகவே இருந்தது!

1993

சூலி

உலகம், இன்னும் இருளில்தான் ஆழ்ந்திருந்தது.

பாலாம்மாள், உலகம் பற்றியெல்லாம் கவலைப்பட்டவள் இல்லை. அவளுக்கு விழிப்பு தட்டி விட்டது. அவளுக்கு அது காலை. “சிவசிவ” என்று முணுமுணுத்துக்கொண்டாள். அது ஒரு மந்திரம்போல் அவளுக்கு காலம் சென்ற அல்லது சிவலோக பதவி அடைந்து விட்ட பொல்லாப்பாண்டி அப்படிச் சொல்லிக் கேட்டிருக்கிறாள். அவருக்குச் சட்டென்று எப்போதும் இரண்டு வார்த்தைகள் நாக்கில் எழும். சாதுவாக இருந்தால், சிவசிவ... கொஞ்சம் கோபம் வந்து விட்டால், மூதேவி.

பாலாம்மாள், பின்கட்டுக் கதவைத் திறந்து கொண்டு தோட்டுத்துக்கு வந்து நின்றாள். கிழக்குத் திசையைப் பார்த்துக் கூப்பிக்கொண்டு, வழக்கமாகச் சொல்லும் கோரிக்கையை முன் வைத்தாள்.

“பரமசிவன் பத்தினியே, பார்வதியே வாருமம்மா
பரந்தாமன் கைப்பிடித்த லட்சுமியே வாருமம்மா
வாருமம்மா தேவியரே, எம் கிருகம் விளங்கிடவே
போய்வாரும் மூதேவியே, உள்ளவாரும் ஸ்ரீதேவியே!”

பாலாம்மாள், மாமியார் சொர்ணக்காள் மருமகளுக்குக் கத்துத் தந்த மந்திரம் அது. சொர்ணக்காளுக்கு, அவள் மாமியார் அன்னப்பூரணம் சொல்லித் தந்தது. ஏழு தலைமுறைகளாக வந்து கொண்டிருக்கிற தலைமுறை மந்திரம் அது என்று அந்த வீட்டு மத்த மருமகள்கள் சொல்லிக்கொண்டதுண்டு.

பாலாம்மாள், வானத்தை அண்ணாந்துப் பார்த்தாள். கொட்டிக் கிடந்த கூழாங்கற்கள், நட்சத்திரங்கள், முன்னர் பார்க்காதது மாதிரி நட்சத்திரங்களைப் பார்த்தாள் அவள். இருட்டு வானமும், இரைந்துகொண்டிருக்கிற நட்சத்திரங்களும் அவளுக்குத் திடுமென பரவசத்தை ஏற்படுத்தியது.

"பாலா... நட்சத்திரத்தை எண்ணுவியா?"

"ஏன் முடியாது? ஒண்ணு... ரெண்டு... மூணு... நாலு..."

"ஐயோ குழந்தையே, எண்ணி முடிக்க ஆயுள் பத்துமா?"

"அப்படீன்னா, எண்ண முடியாதுன்னு சொல்லாதே மாமா. ஆயுள் பத்தாதுன்னு சொல்லு..."

கொத்தாகப் புற்களைப் பெயர்த்து, அவள் மேல் எறிந்தான் அவன்.

மாமாவும் நட்சத்திரங்களில் ஒன்றாக மாறி இருப்பானோ என்று நினைத்தாள். நிச்சயமாக மாறி இருப்பான்.

காலை, அதுக்கே உரிய வேலைகள் அவளுக்கு இருக்கவே இருக்கின்றன. மாட்டுக் கொட்டில் சாணியை வழித்துச் சுத்தம் செய்தாள். கன்னுக்குட்டி அவளை முட்டியது. அதைத் தடவிக் கொடுத்தாள். கிணற்றிலிருந்து தண்ணீர் சேந்தி வந்து தெருவாசல் படியில், தெளித்து பெருக்கினாள்! மீண்டும் தோட்டத்துக்கு வந்தாள். வேலிப் படலில் சரசர என்றது. வேலிக் காத்தான் செடியில் சுற்றிக்கொண்டு தலையை நீட்டினாள் அவள்.

பாலா, கன்னத்தில் பக்தியோடு போட்டுக்கொண்டாள்.

"என்னடியம்மா காணோமேன்னு பார்த்தேன்"

அவள் "உஸ், உஸ்! என்றாள். தலையை ஆட்டிக்கொண்டு அடிக்கடி நாக்கால் உதட்டை, நனைத்துக்கொண்டாள். முன்னும் பின்னும் தலையைக் குடிகாரன்போல் அசைத்தாள்.

"என்னம்மா இன்னைக்கு ரொம்பத்தான் விளையாடறியே என்றாள் பாலா சிரித்துக்கொண்டு.

அவள், துணியை மட்டும் வேலிக்கம்பியில் சுற்றிக்கொண்டு எம்பி எம்பி இவளைப் பார்த்துச் சீறினாள்.

"போ... போம்மா... விடியப் போகிறது. ஆர் கண்ணிலேயாவது பட்டியானா, பொல்லாப்பு வந்து சேரும்."

வாத்திச்சி வார்த்தைக்குக் கட்டுப்படும் பள்ளிக் குழந்தை மாதிரி, அவள் சரசரவென்று மறைந்தாள்.

“என்ன புத்தி, அவளுக்கு” என்று சிரித்தபடி, அவள் வேலையில் ஆழ்ந்தாள்.

வானம் இன்னும் விடிந்திருக்கவில்லை. இருட்டை மெழுகிப் பூசியது மாதிரி இருந்தது. உள்கூடத்தைக் கூட்டிப் பெருக்கினாள். எல்லாம் முடிந்தது என்கிற உணர்வு தோன்றுகையில், சமையல் அறையிலிருந்து ஏதோ உருளும் சப்தம் கேட்டது. கால் விளக்கை எடுத்துக்கொண்டு உள்ளே போனாள்.

“எலித் தொந்தரவு வரவர அதிகமாப் போச்சு, பக்கத்து வீட்டிலிருந்து எலிக்கூண்டு வாங்கி வந்து ஒழிச்சுக் கட்டறேன், பாரு” என்று தனக்குள் சொல்லிக்கொண்டாள். விளக்கோடு உள்ளே சென்றவள், காலை, புரிமனை இடறியது.

“சே, சனியனே” என்றாள். எலிகள் ஓடி மறையும் சப்தம் கேட்டது. எதையாவது மூடாமல் வைத்து விட்டோமோ என்று பார்த்தாள். அப்படி ஒன்றும் இல்லை. சுள்ளென்று வெயில் அடித்தாலுமேகூட, பொத்தாக இருட்டிக்கொண்டிருக்கும் அந்த அறை.

“மேலே ஓடு மாத்தி ஒரு கண்ணாடி வைடா சம்முவம்” என்று அவள்தான் எத்தனை முறை சொல்லி விட்டாள். “சாதத்துல பல்லி விழுதோ, கரப்பான் விழுதோன்னு மனசு கிடந்து அலை மோதுது” என்றும் சொன்னாள். வீட்டில் ஆம்பளை என்று இருக்கிற மகன் ஒருத்தன், எடுத்துக்கட்டிக்கொண்டு செய்தால்தானே!?

கொடியில் இருந்த சேலையை எடுத்து உதறித் தோள் மேல் போட்டுக்கொண்டு கிணற்றடிக்கு வந்தாள். தென்னங்கீற்று மறைப்புக்குள் இருந்த அண்டாவில் தண்ணீர் சேந்தி இறைத்தாள். மட்டையில் செருகி வைத்திருந்த வேலங்குச்சியால் பல்லைத் தேய்த்துக்கொண்டாள். குளிக்கத் தயாரானாள்.

மஞ்சளை முகத்தில் அப்பிக்கொண்டபோது, திடுமென, பரமன் ஞாபகம் வந்தது. என்ன இது? காலையிலே இருந்து அவன் ஞாபகமாக, என்று தனக்குள்ளேயே பேசிக்கொண்டாள். அவன் தாலியைத்தான் அவள் கழுத்தில் வாங்கிக்கொள்ள வேண்டியவள். ஆனால், யாருக்கு யார் என்று பிறக்கும்போதே எழுதப்பட்ட அவன் கையெழுத்தை எவன்தான் அழித்தெழுத முடியும்? பரமன் இப்படி அற்பாயுசாகப் போய்விடுவான் என்று யார்தான் எதிர்பார்க்க முடியும்?

தண்ணீர் ஊற்றிக்கொண்டாள்.

"ஸ்ஸ்ஸ்..." என்று சீழ்க்கை ஒலி மிக மெல்லிதாக.

நிமிர்ந்து பார்த்தாள் பாலா. அவள்தான். தென்னை ஓலைகளின் கிழிசலில் இருந்து எட்டிப் பார்த்துக்கொண்டு இருந்தாள் அவள். கைரேகை தெரிகிற வெளிச்சம் வந்திருந்தது. புதுப்புளி மாதிரி பழுப்பு நிறத்தில் விடிந்துகொண்டிருந்தது, காலை. நல்ல சந்தனத்தில் செய்து கடுகு தாளித்துக் கொட்டியது மாதிரி உடம்பு. கருகுமணி வளையல் மாதிரி உடம்பு பூராவும் வளையங்கள்.

"என்னடி, சும்மா சும்மா என்னையே பார்த்துக்கிட்டு" என்று சொன்ன பாலா, அப்போதுதான் அதைப் பார்த்தாள். அவள் மினுமினுப்பும் வீங்கிப் பருத்த உடம்பும், தளர்ச்சியாக.

"என்னடி, முழுகாம இருக்கியா? நான் இதுவரைக்கும் பார்க்கலையே. அட, நிறைசூலியா இருக்கே போலிருக்கே"

அவள் திடுமென பம்மி வலப்பக்கம் சாய்ந்து, படல் ஓரமாக தவழ்ந்து சென்று மறைந்தாள். அவளையே பார்த்துக்கொண்டு வெளியே வந்தாள் பாலா.

பாலாவுக்கும் அவளுக்குமான உறவு இப்படியாகத் தொடங்கியிருக்கவில்ல. அது அவள் கட்டிக்கொண்டு வந்திருந்த சமயம், மஞ்சள் தாலிக் கயிறு பளபளப்பு மங்கியிருக்கவில்லை. இது போன்று வைகறையில்தான், அவள் எழுந்து தோட்டத்துப் பக்கம் வந்தாள். குப்பென்று உளுந்து மாவின் நெடி. அவள் நாசியைத் தாக்கியது. இந்நேரத்தில் எங்கே உளுந்து அரைக்கிறார்கள் என்று ஆச்சரியமாக இருந்தது அவளுக்கு. இன்றுபோலவேதான், கார்த்திகைத் திருநாள் மாதிரி விளக்கு எடுத்திருந்தது வானத்தில். கேழ்வரகு அடை மாதிரி இரவு மெழுகி இருந்தது. பூமியில், பூமியைப் பொத்துக்கொண்டு வெளியே வந்திருந்த மரங்களும், செடிகளும் ஆணியில் தொங்கும் சட்டைகளைப்போல தொங்கிக்கொண்டிருந்தன. தலைகீழாக இரவின் மௌனப் பேச்சு, இரைச்சலாகச் செய்தன சில்வண்டு.

உட்கார்ந்து எழுந்தவள், கிணற்றடித் தொட்டியிலிருந்து நீர் எடுத்துக் காலைக் கழுவிக்கொண்டாள். "சட்சட்"டென்று காலை உதறி, பாதத்துள் ஒட்டியிருந்த மண்ணை உதறித் திரும்பியவள் அவளைப் பார்த்தாள். மயர்கால்களை குத்தி நிமிர்ந்து கொள்ள ரோமக் கூர்முனையில், குமிழி இட்டுக்கொண்டு எழுந்தது. அச்சம்

காலை தரையிலிருந்து வழுக்கிக்கொண்டு, "முட்டிக்குக் கீழே ஸ்மரணை அற்றுப் போனது அவளுக்கு. வாய் பேச எத்தனிக்கக் குழறியது.

"பா... பா" என்றாள். தாவலில், படியில் ஏறி வீட்டுக்குள் வந்து விழுந்தாள். மாமி என்னவோ ஏதோ என்று "என்னடி" என்றாள். சுட்டு விரலைக் காட்டி மரத்துப் போய்ப் பேச முடியாமல் விழித்தாள் பாலா. மாமா எழுந்து கதவுக்கு அப்பக்கம் போனாள்.

"நீதானா? பயம் காட்டிட்டியா? புதுசா வந்திருக்கிற மருமவ. யாருன்னு பார்க்க வந்திருப்பே. பயந்துட்டா போம்மா என்று பேசிவிட்டுத் திரும்பினாள். மருமவளைப் பார்த்துச் சொன்னாள்:

"அவ நம்ம வீட்டு காவல் தெய்வம்மா... யாருக்கும் எந்த பழுதும் பண்ணாது. பக்கத்துல அங்காளம்மாள் கோயில்லே இருக்கிறவ. வேண்டிக்கோ, குழந்தை மாதிரி அவ. அவ முகத்துல விழிச்சா அன்னைக்கு நாளே நல்லாயிருக்கும்"

கொஞ்சம் கொஞ்சமாத்தான் பயம் குறைந்தது என்றாலும் நாலைஞ்சு நாள் படுக்கையில் கிடந்தாள் பாலா. எதைப் பார்த்தாலும் அவளுக்கு அதுவாகவேத் தோன்றியது. விட்டத்தில் இருந்து தொங்கும் கயிறு, வைக்கோல் புரி, சவுக்குச் செத்தை என்று எந்தப் பொருளும் நெளிவதாகவே அவளுக்குத் தோன்றியது.

மாமி, வேப்ப மரத்து முனிக்கும், பாவாடைக்காரிக்கும் வேண்டிக்கொண்டாள். நாலாம் நாள் ஜுரம் இறங்கியது.

ஈரத் துணியை உலர்த்தினாள் பாலா, பின்பு தலையைத் துவட்டத் தொடங்கினாள். இயற்கையாகவே அடர்ந்த செழித்த கூந்தல் அவளுக்கு. பொல்லாப் பாண்டிக்குக் கோபம் வரும்போதெல்லாம் அதைத்தான் பற்றி இழுத்துச் சுவரில் ஏற்றுவார். ஒரு சமயம், அந்த முடியை அவர் கத்தரித்தும் இருக்கிறார்.

"இந்த அழகைக் காட்டித்தான் உன் மாமனை மயக்குறியோ" பக்கத்து ஊரில் ஏதோ கல்யாணத்துக்கு வந்த பரமன், சும்மா பார்த்துப் போக வந்தான். பூவும் பழமும் வாங்கி வந்தான். பேசிக்கொண்டிருந்தான். அந்த வேளை பார்த்து, பொல்லாப் பாண்டி வீட்டுக்குள் நுழைந்தார். திக்கென்றது பாலாவுக்கு. எனினும், பாண்டி, பரமனிடம் சுமுகமாகவே பேசிக்கொண்டிருந்தார்.

"கோழி அடிச்சுக் குழம்பு வை" என்றார். மாலை, இருட்டுக்கு முன் இருவரும் குளக்கரைக்குச் சென்றார்கள். குளியலையும் முடித்துக்கொள்ளலாமே, அடர்ந்திருந்த எருக்கச் செடி மறைவாக, அவர்கள் அமர்ந்தார்கள். குளத்தில் கால் அலம்பிக்கொண்டு, குளிக்கத் தயாரானார்கள்.

"தம்பி, ரெட்டிக் கிணறு முன்னெல்லாம் தண்ணி ஊறி மேலால நிக்கும். தண்ணி எப்படிங்கறே?" பால், இளநி, தேன்தான். இப்போ பாதி கிணறாயிடுச்சி. இருந்தாலும், தண்ணி இன்னும் கொஞ்சம் இருக்கு. படி எல்லாம் அழகாக இருக்கும்"

பரமன் சொன்னான். "வாங்க அண்ணே பார்க்கலாம்."

இடுப்பில் துண்டைக் கட்டிக்கொண்டு எட்டிப் பார்த்தான்.

இருட்டில் ஆழம் புரிபடவில்லை. பரமனுக்கு முதல் கல் மட்டும் கண்ணுக்குத் தென்பட்டது. அடுத்த அடி லேசாக மங்கலாகத் தெரிந்தது.

"மூணாம்படியில் தண்ணி அங்கேயே உட்கார்ந்து குளிக்கலாம். ஆனால் தம்பி வேணாம். பொம்பள மாதிரி, குளக்கரையில் குளிச்ச பழக்கம் உனக்கு. கிணத்துல குளிக்கத் தெரியுமோ, என்னவோ?"

அண்ணா பொல்லாப் பாண்டி சொன்னா. சீண்டினார்.

"என்ன அண்ணே, அப்படிச் சொல்றீங்க? எங்க ஊரும் கிணத்துல பாதாள சுரண்டுவம் விழுந்தா, நான்தான் எறங்கி எடுப்பேனாக்கும்"

பரமன் முதல் படியில் காலை வைத்தான்.

"வேணாம் தம்பி..." என்றார் பாண்டி.

அவன் இரண்டாம் படியில் கால் வைத்து நின்றான்.

"அண்ணே, மூணாம் படியைக் காணேமே."

பாண்டி கிணற்றுச் சுற்றுக் கட்டையில் படுத்து, கையை அவன் பக்கம் நீட்டினார்.

"தம்பி என் கையைப் பிடி. பிடிச்சிக்கிட்டியா– அப்படியே காலால மூன்றாம் படியைத் துழாவு..."

காணோமே அண்ணே"

"பொல்லாப்பாண்டி மேலும் குனிந்தார். காலை எடுத்து முதல் படியில் வைத்தார். ஸ்திரமாக நின்றுகொண்டார். இடக்கையால் கிணற்றுச் சுவரைக்கொண்டு, வலக்கையால் பலம்கொண்ட

மட்டும் பரமனை உந்தித் தள்ளினார். தடுமாறிய பரமன் 'ஓ'வென்று அலறிக்கொண்டு விழுந்தான். கட்டாந் தரையான அடிவாரப் பாறையில் மனித உடல் மோதிச் சிதறுவதைக் காதால் கேட்டார். திருப்தியுடன் மேலே வந்தார். பரமன் சட்டை வேட்டியை சுருட்டி உள்ளே விட்டெறிந்தார். புறப்பட்டு, நேராக இரண்டு கல் தூரத்தில் உள்ள கள்ளுக்கடைக்குப் போனார். சாப்பிட்டார். நள்ளிரவில் வீடு திரும்பினார்.

"மாமா எங்கே?" என்றாள் பாலா.

என்ன, வரல்லையா. அவன் குளக்கரைப் பக்கம் போறேன்னு சொன்னான். நான் அனுப்பி வைச்சுட்டு, நாடாரைப் பார்க்கப் போயிட்டேன். ஊருக்குப் போயிட்டானோ, என்னவோ... குழந்தையா அவன்? வருவான் இலையைப் போடு" என்றார்.

மூன்றாம் நாள், புகை கசிவதுபோல் விஷயம் வெளிப்பட்டது.

"குளிக்கப் போய் விழுந்துட்டான்போல" என்றார் பாண்டி, மணியக்காரடினம்.

"அப்படித்தான் இருக்கும்" என்றான் அவன்.

பலம்கொண்ட பெருமாள், சாப்பிட வந்து அமர்ந்தான்.

பழையதைப் பிழிந்து, தயிரை ஊற்றித் தட்டத்தை அவன் முன் வைத்தாள். பதினாறு வயசுப் பையன். அதுக்கேத்த உடம்பும் திமிருமாக இருந்தான் அவன். அதுக்குள்ளாக அப்பன் மாதிரி ஊர்மேயத் தொடங்கி இருந்தான்.

"இன்னிக்கு என்னப்பா... கீற்று முடைதானே"

"ஆமாம்"

"அதை முடி. கீற்று அழுகிப் போயிடும்போல. தேங்கா வெட்டு என்னாச்சு?"

"ஆயிரம் காயையும் மண்டியில சேர்த்தாச்சு. பணத்துக்கு நாளைக்கு வரச் சொல்லி இருக்காரு நாய்க்கரு"

"ஞாபகமா போ... நிறைய செலவு இருக்கு."

அவன் புறப்பட்டுச் சென்ற பிறகு, அரிசி களைந்து போடத் தொடங்கினாள். தெருவாசல் திறந்து கிடந்தது. பாண்டியிருந்தவரை, "தெருக்கதவைத் திறந்து போட்டு என்ன பார்வை எவனை வரச் சொல்லி இருக்கே?" என்பார். நிம்மதியாக இப்போது வேடிக்கைப் பார்க்க முடிகிறது. பாலா சிரித்துக்கொண்டாள். அவளுக்குச்

சந்தோஷமாகக்கூட இருந்தது. அந்த மிருகம் செத்தது பற்றி நினைக்கும்போதெல்லாம் நிம்மதி தோன்றிக்கொண்டேதான் இருக்கிறது.

ஆலங்குளத்துக்குப் போய்த் திரும்பிக்கொண்டிருந்தார்கள் பாலாவும், பாண்டியும், சித்தப்பன் சாவு பாண்டிதான் பிள்ளை இல்லாத சித்தப்பனுக்குக் கொள்ளி வைத்தார். திரும்பும் வேளை இருட்டிக்கொண்டிருந்தது. குளக்கரை வழியாகத்தான் திரும்பிக்கொண்டிருந்தார்கள். தூரத்தில் இருந்த கிணற்றைச் சுட்டி, பாண்டி சொன்னார். மீசையைத் தடவி விட்டுக்கொண்டு சொன்னார்.

"இந்தக் கிணத்துலதான் உன் மாமன் செத்தது"
பாலா நின்றாள்.
"பார்க்கலாமாங்க"
"வா"
அவள் எட்டிப் பார்த்தாள்.
"பாழுங்கிணறு"
"தண்ணி இருக்குமோன்னு நினைச்சுட்டான்போல"
"எப்படி விழுந்திருக்கும்?"
"அதோ அந்த முதல் படியில் காலை வச்சு இருப்பான். ரெண்டாவதுல இறங்கி இருப்பான். மூணாம்படிதான் இல்லையே"
பாலா அவரைப் பார்த்தாள்.
"அப்படி இருக்காது."
"அப்படிதாண்டி"

அவர், என்ன நடந்திருக்கும் என்று உற்சாகமாகக் காட்டத் தொடங்கினார். முதல் படியில் நின்றார். இரண்டாம் படிக்குப் போனார். இங்கிருந்துதான் விழுந்திருக்க வேண்டும் என்றார், அவர் முகத்தில்தான் என்ன பூரிப்பு?

பாலாம்மாள் எட்டிக் கிணற்றைப் பார்த்தாள். இருள், வட்டமாகச் சுருண்டு ஒரு பெரிய கல் உரல் மாதிரி இருந்தது. எமன் உருவம் அது. அது கலைந்து, பரமன் உருவம் தெரிந்தது அவளுக்கு. கண்ணீர் அவன் கண்களில், "பாலா" என்றான் அவன். மார்பு துடித்தது அவளுக்கு. உடம்பு விரைத்தது. முதல் கல் ஆயிற்று. இரண்டாம் படியில் இருந்தார் பாண்டி. இந்தப்

பிரபஞ்சன் | 63

பாண்டியின் இந்தப் பாவத்துக்குப் பிராயச்சித்தம் எது? இடது கையை கிணற்றுச் சுற்றுச் சுவரில் பற்றிக்கொண்டு, வலது கையால் பள்ளத்தைச் சுட்டிக் காட்டிக்கொண்டிருந்தார்.

பாலா, பக்கத்தில் உள்ள துவைக்கல்லைப் பார்த்தாள். ஒரு மனுஷியால் தூக்கக்கூடிய சின்ன கல்தான் அது. குனிந்து, தன் பலம்கொண்ட மட்டும் அதைத் தூக்கினாள். கிணற்றுக்குள் இருந்த பொல்லாப்பாண்டி தலையில் போட்டாள்.

“ஐயோ” என்றுகூட சொல்லாமல், அவர் விழுவதை அவள் பார்த்தாள்.

கொஞ்ச நாளாக அவளைக் காணோம். திடுமென அன்று மதியம், அவள் மகிழ மரத்திலிருந்து அதைச் சுற்றிக்கொண்டு பாலாவிடம் வந்தாள்.

“ஸ்... ஸ்” என்றாள்.

துவைத்துக்கொண்டிருந்த பாலா திரும்பிப் பார்த்தாள். அவள் அவளைப்போலவே ஒரு குட்டியுடன் இருந்தாள்.

“பெத்து பிழைச்சியோ. அதான் காணோமா உன்னை?” என்றாள் பாலா.

“உஸ்”

துணியை உலர்த்திக்கொண்டு அவள் சொன்னாள்:

“நல்லவேளை. அன்னிக்கு நீ பல்லைப் பதிச்சதை பார்த்துத்தான், ப்பாம்பு கடிச்சிக் கிணத்துல விழுந்து செத்தார்னு முடிவு பண்ணாங்க... என்னைக் காப்பாத்திட்டே, போ...”

1994

நீதி

சோதி மாணிக்கம், ஈசுவரன், சந்நிதிக்கு வந்து நின்றாள். குருக்கள், "சோதி, சரியான நேரத்துக்கு வந்து சேர்ந்தாய். சாமி மேல் ஒரு பாட்டு பாடு..." என்றபடி சந்நிதிக்குள் நுழைந்தார். கையில் இருந்த தீபாராதனைப் பொருள்களை அவர் வசம் அளித்துவிட்டுக் கண்ணை மூடினாள். அவள் கண்களுக்குள், பேரம்பலம் தோன்றியது. சுற்றிச் சில கணங்கள் சூழ்ந்திருக்க, நந்தி மத்தளம் கொட்ட, பதஞ்சலிக்கும், வியாக்ரபாதருக்கும் சிவன் நடமிடும் காட்சி அவள் கண்களுக்குள் தோன்றியது. சோதி பாடத் தொடங்கினாள்:

"பூவுக்குள் வாசம் ஆடியது; புன்னகைக்குள் இதயம்
ஆடியது
நாவுக்குள் வார்த்தை ஆடியது; நல்லன எல்லாம்
ஆடியது
பாவுக்குள் இன்பம் ஆடி படிப்பவர் உள்ளம் ஆட
தேவுக்குள் சிறந்த தேவன், ஆடினான் ஆடி ஆடி..."

சோதிக்கு முன் தட்டத்தை ஏந்தி நின்றார், குருக்கள் விபூதியைத் தந்து சொன்னார்:

"சோதி மாணிக்கம், உன் அம்மாள் இந்த கோயிலுக்கு வந்து சேர்ந்தது எனக்குத் தெரியும். அவள் பாடினதுதான் பாட்டு. ஆடினதுதான் ஆட்டம் என்று இருந்தேன். இப்போது, அந்த இடத்துக்கு நீ வந்து விட்டாய். உன் கலைஞானத்துக்கு நிகரான ஒருத்தி, இந்தப் பட்டணத்தில் இல்லை. நீ பாடினால், இந்த ஆடுவார், நிஜமாகவே ஆடத் தொடங்கி விடுகிறார். தீர்க்காயுசாக நீ இருக்க வேண்டும்" என்ற குருக்களிடம், விடை பெற்று வெளியே வந்தாள்.

செட்டித் தெருவிலே முத்துலகப்ப செட்டியின் குமாரத்தி கல்யாண ஊர்கோலம் இருக்கிறது, அவள் ஞாபகத்துக்கு வந்தது. இடங்கையர் பிரிவைச் சேர்ந்த பிரமுகர், அந்த முத்துலகப்ப செட்டியார். மேலும், சோதி மாணிக்கமும் இடங்கை வகுப்பாருக்கான தாசி. ஆகையினாலே, அந்த ஊர்கோலத்துக்குக் கட்டாயம் போக வேணும். அதோடு, செட்டியாரே அவளுக்குப் பாக்கு வெற்றிலை வைத்து வேறு அழைச்சிருக்கார். போகாவிட்டால் பெரிய மனுஷர் வீட்டுப் பொல்லாப்பு நேரும். எல்லாவற்றுக்கும் மேலாக, செட்டியார்களுக்கு நாட்டாமையாய் இருக்கப்பட்ட அருணாசல செட்டியார் வேறு அவளைக் கோபிக்கவும் கூடும். ஆகவே, தலை காட்டிவிட்டுத் திரும்பி விடுவது என்று தீர்மானித்துக்கொண்டு, செட்டித் தெருப் பக்கமாக நடந்தாள். இந்நேரம் குழந்தைக்குப் பால் கொடுத்திருக்க வேண்டும். அவள் புறப்படுகிறபோது, குழந்தை உறங்கிக்கொண்டிருந்தாள். குழந்தைகள் உறங்குவதுதான் என்ன அழகு. உலகத்தில் முதல் அழகே குழந்தையும், அதன் உறக்கமும்தான் என்பதாக, அவளுக்கு அந்த நேரத்தில் தோன்றியது. மார்பில் பால் கட்டிக்கொண்டு வலிக்கிற வழக்கம் அவளுக்கு இருந்தது. சீக்கிரமாகத் திரும்பிவிட வேண்டும் என்று நினைத்துக்கொண்டாள்.

சோதி, கல்யாண வீட்டைச் சென்று அடைந்தபோது, ஊர்கோலம் இன்னும் திரும்பியிருக்கவில்லை. கல்யாண வீட்டுக்குப் பக்கத்திலே, அழகு சுந்தரம், பொன்மேனி, அவள் தங்கை செந்தாமரை ஆகியோர் அமர்ந்திருந்தது தெரிந்தது. சோதியை, பார்த்ததும் அழகு சுந்தரம் அவளை அழைத்தாள்.

"வா, சோதி வந்து இப்படி உட்காரு. கலியாண ஊர்கோலம் இதோ வந்ததும், செட்டியாரைச் சேவித்துக் கொண்டு கிளம்புவோம்" ஆகவே, சோதி வந்து அங்கு மரநிழலில், மணல் விரிப்பில் அமர்ந்துகொண்டாள்.

"என்ன சோதி, ஒரு மாதிரி இருக்கிறாய்?" என்றாள் பொன்மேனி.

"இந்தக் குழந்தை பிறந்ததிலேயிருந்து எனக்கு உடம்பு அசதி அதிகமாகி விட்டது. அத்துடன், தினம் நாட்டியப் பயிற்சியையும் தொடர்ந்துகொண்டிருக்கிறேன்"

சோதி, மரத்தில் சாய்ந்து கொண்டு, காலைச் சௌகர்யமாக நீட்டிக்கொண்டாள். கண்ணை இழுத்துக்கொண்டு போனது அசதியால் அப்படியே உறக்கத்தில் ஆழ்ந்தாள்.

"ஏலே... தாசிகளா... எழுந்திருங்கள்" என்கிற குரல் அவளை உலுக்கி எழுப்பியது. எழுந்தாள். இருட்டிவிட்டிருந்தது. எதிரே சிலர் நிற்பது தெரிந்தது. அவர்கள் வலங்கைப் பிரிவைச் சேர்ந்த பிரமுகர்கள் என்பதை அவள் ஞாபகத்துக்குகொண்டு வந்தாள். சின்ன பரசுராம முதலியார், அப்பு அழகப்ப முதலியார், பெரியண்ண முதலி, முருகப்பிள்ளை, காட குமரன் என்று மனிதர்கள் அவள் முன் நின்றிருந்தார்கள். ஏழாங்காய் விளையாட்டில் இருந்த மற்ற பெண்களும் குனிந்த தலையுடன் அவள் அருகில் நின்றிருந்தார்கள்.

"தாசிப் பெண்களுக்கு என்ன திமிர் இருந்தால், நாங்கள் வருகிறபோது நீங்கள் எழுந்திருந்து மரியாதை பண்ணிக்கொள்ளாமல் இருந்திருப்பீர்கள். எவ்வளவு அலட்சியம்" என்று ரௌத்காரமாகப் பேசினார் பரசுராமர்.

"ஐயனே உடம்பு அசதிப்பட்டுவிட்டது. கண் அசந்து விட்டேன். மன்னியுங்கோள். இது தெரிந்தே செய்த பிழை அல்ல. அபசாரத்துக்கு மன்னியுங்கோள்" என்றாள் சோதி, கை கூப்பிக்கொண்டு.

"உன்னை எனக்குத் தெரியுமே, ஆங்காரம்கொண்ட தாசி அல்லவோ, நீ? முன்னர் ஒருமுறை, பெரிய முதலி கல்யாணத்தின்போது, என் மார்பில் சந்தனம் பூச மறுத்தவள் அல்லவள், நீ..."

"சுவாமி, என் பிள்ளை சத்தியமாகச் சொல்கிறேன். நான் வேணுமென்று அந்தப் பிழையைச் செய்தவள் அல்லவள்"

"சும்மா இரடி, பாவ ஜென்மமே. நீ செய்த பிழைக்குக் கைமேல் பலன் கிடைக்கச் செய்கிறேன்"

அடுத்த சில நிமிஷங்களில், சோதியும், அவளுடன் இருந்த பெண்களும், காவலில் வைக்கப்பட்டார்கள்.

குவர்னர் துரையின் கணக்கர் துரையிடம் சொன்னார்.

"ஐயா இடங்கைச் சாதி தாசிகள் நாலு பேரை, சின்ன பரசுராம முதலியாரின் ஆக்ஞையின் பேரிலே, காவல் வைக்கப்பட்டிருக்கிறது"

"எந்த பரசுராம முதலியார்?"

கணக்கர், குவர்னருக்கு அருகாக வந்து சொன்னார்.

"தங்களுக்கு இருபதாயிரம் பகோடாக்களைக் கடனாகக் கொடுத்திருக்கின்ற அதே பரசுராமன்தான், ஐயா."

குவர்னர் துய்ப்ளெக்ஸ் சற்று நேரம் யோசித்தார். பிறகு சொன்னார்:

"அப்படியானால் அந்தத் தாசிகள் காவலில் இருக்கட்டும்."

"தங்கள் உத்தரவு எசமான்."

புதுச்சேரி பட்டணத்தின் துபாஷாக இருந்த ஆனந்தரங்கப் பிள்ளையை, இடங்கைத் தலைவர்களாக இருந்த நல்லதம்பிச் செட்டியாரும், அருணாசலச் செட்டியாரும், வந்து கண்டுகொண்டார்கள்.

"பிள்ளைவாள்! இது என்ன மனுசர் வாழும் பட்டணமா? அல்லவா? எங்கள் இடங்கையர்க்கான தாசிகளை என்னத்துக்குக் காவலில் வைத்திருக்கிறது?" என்றார் நல்லதம்பி. பிள்ளை சொன்னார்:

"வலங்கைப் பெரிய மனுஷர்கள் வருகிறபோது, அவர்களைக் கண்டு, இந்த தாசிகள் எழுந்து மரியாதை செய்ய இல்லையாமே, காதில் விழுந்தது."

"என்னத்துக்கு இவர்களுக்கு எழுந்திருக்கிறதாம்"

"பழங்காலத்திலே, வலங்கையரைப் பார்த்தால் இடங்கைப் பெண்கள் எழுந்திருக்கிறது வழக்கம் என்கிறார்கள் அவர்கள்."

"அது ஒரு காலத்தில் இருந்தது. அப்புறம், அது தள்ளுபட்டுப் போய்விட்டது. அப்போதும், பெரிய மனுஷர்களுக்குத்தான் அந்த மரியாதை தருகிறது எல்லாம் இருந்ததே தவிர, சின்ன மனுஷர்களுக்கு, என்னத்துக்கு ஐயா மரியாதை தருகிறது?"

அருணாசல செட்டி இருந்துகொண்டு சொன்னார்:

"பிள்ளை! சுமார் அம்பது வருஷத்துக்கு முந்தி, அன்றைக்கு குவர்னராக இருந்த பிரான்சுவா மர்த்தேன் காலத்தில், இது மாதிரி விவகாரம் வந்து, எந்த சாதிக்கு என்ன அத்து, என்ன மரியாதை என்று எழுதிக் கொடுத்திருக்கிறார், குவர்னர். அந்தப் பத்திரத்தை வைத்துக்கொண்டு, மரியாதைகளைத் தீர்மானியுங்கோ"

பிள்ளை சொன்னார்:

“செட்டியார்வாள்! இது நல்ல யோசனை. நாளைக் காலமே, அந்தப் பத்திரத்தை எடுத்துக்கொண்டு, குவர்னர் மாளிகைக்கு வாருங்கள். அங்கே இந்த விவகாரத்தைத் தீர்மானித்துக்கொள்ளலாம்.”

அப்படியே, குவர்னர் எழுதிக் கொடுத்த பத்திரத்தை எடுத்துக்கொண்டு செட்டியார்ப் பிரமுகர்கள், குவர்னர் அலுவலகம் வந்தார்கள். ரங்கப் பிள்ளை இருந்துகொண்டு, பத்திரத்தை வெகு கவனமாகப் பரிசீலனை செய்தார். அப்புறம் சொன்னார்:

“செட்டியார்வாள் இந்தப் பத்திரத்தை நான் படித்த மட்டுக்கும் என்ன எழுதியிருக்கிறது என்றால், சமுதாயத்தில் இடங்கை வலங்கை என்றும் மனுஷர்கள் பிரிந்திருக்கிறதை, குவர்னர் மர்த்தேன் ஒப்புக்கொண்டிருக்கிறார். என்றாலும், அவரவர் அவரவர் இடத்திலே இருந்துக்கொண்டு, யாருக்கும் சிறுமை வராமல், அண்ணன் தம்பிகளாய் இருந்து கொள்ளுகிறது என்றுதான் எழுதியிருக்கிறது”

“நல்லது, நாங்கள் ஒப்புக் கொள்கிறோம். வலங்கையர்கள் வருகிறபோது, இடங்கைத் தாசிப் பெண்கள் எழுந்திருக்க வேணும் என்று எங்கே எழுதியிருக்கிறது?”

“அப்படியெல்லாம் எழுதியிருக்கவில்லை”

“ஆகவே, அதைத் தொட்டு, இந்த சங்கதிகளைக் குவர்னர் துய்ப்ளெக்சிடம் எடுத்துச் சொல்லி, அந்த தாசிப் பெண்டுகளை விடுதலை பண்ணச் சொல்லுங்கோள்”

“நல்லது நான் குவர்னருடன் பேசிக் கொள்கிறேன்.”

சொன்னபடி பிள்ளை, குவர்னருடன் பேசினார். குவர்னர் மிகுந்த தீவிரமாக எதையோ யோசித்துக்கொண்டு அமர்ந்திருந்தார். அப்புறம் சொன்னார்:

“ரங்கப்பா, சிப்பாய்களுக்கு மாசம் பிறந்தால் சம்பளம் கொடுக்க வேண்டியிருக்கிறது. செட்டியார்கள் நிறைய பணம் வைத்து இருப்பவர்கள் ஆயிற்றே. எனக்குக் கடனாக, வட்டிக்கு இருபதாயிரம் ரூபாய் தருகிறார்களா என்று கேட்டுச் சொல். கடனாகத் தருகிறதுக்குச் சங்கடப் பட்டால், அன்பளிப்பாகவும் அவர்கள் அந்தத் தொகையைத் தரலாம். கேட்டுப் பார்.”

பிள்ளைக்குத் திகைப்பாக இருந்தது. குவர்னரிடமிருந்து இப்படி ஒரு கோரிக்கை வரும் என்று அவர் எதிர்பார்க்கவில்லை. இருந்தும் சொன்னார்.

"எசமான் தங்கள் எண்ணம் அதுவானால், செட்டியார்களிடம் கேட்டுப் பார்க்கிறேன்."

குவர்னர் பணம் கேட்கும் விஷயத்தை, பிள்ளை வந்திருந்த இடங்கைப் பிரமுகர்களிடம் சொன்னதன் பேரில் அவர்கள் சொன்னார்கள்:

"பணத்துக்கு கொஞ்சம் அவகாசம் கொடுங்கள். எங்களிடத்திலே பணம் கையிருப்பு ஏது? புரட்டித்தானே கொடுக்க வேணும். அதைத் தொட்டு, எங்களுக்கு அவகாசம் கொடுக்க வேணும். வலங்கையர் விவகாரத்தை, குவர்னர் விசாரித்து அறிந்து, எங்களுக்கு நியாயமாம் படிக்குச் செய்து தரவேண்டும். அப்படிக் கொடுத்தால், இங்கிருக்கிறோம். இல்லாவிட்டால், இந்த ஊர் அன்னமும் தண்ணீரும் எங்களைப் பிரிஞ்சதென்று தீர்மானித்துக் கொள்ளுகிறோம்."

பிள்ளை, அந்த இருவரையும் தனியிடமாக அழைத்துச் சொன்னார்.

"புரியாமல் பேசாதிரும் செட்டிமார்களே. சின்ன பரசுராம முதலியார், ஏற்கெனவே, குவர்னருக்கு, இருபதாயிரம் பகோடாக்களைக் கடனாகவோ, இனாமாகவோ கொடுத்து இருக்கிறார். அதுபோலவே, நீங்களும் அந்த இருபதாயிரம் ரூபாயை, நன்கொடையாகக் குவர்னருக்குக் கொடுத்திடுங்கள். அப்புறம், முதலியார், காவலில் வைக்கிற செல்வாக்கை, நீங்கள் காவலில் இருந்து எடுக்கிற செல்வாக்கை வென்று விடலாம் அல்லவா– வைரத்தை வைரத்தால் அல்லவா அறுக்கிறது?"

நல்லதம்பியும், அருணாசலமும், மிகவும் மகிழ்ந்து போனார்கள்.

"பிள்ளைவாள், இப்போதுதான் நீர் எமக்கு நல்ல வழியைக் காட்டி அருளினீர்கள். இருபதாயிரம் ஒரு தொகையா, எமக்கு? துரையிடம் செல்வாக்கு பெறலாம் என்றால், எந்தத் தொகை வேண்டுமானாலும் தரலாமே..."

"அதைச் செய்யும்" என்றாள் பிள்ளை.

அருணாச்சலம் என்கிற இடங்கை, பணம் கொடுத்துக் குவர்னரின் செல்வாக்கைப் பெற எத்தனிக்கிறார் என்று அறிந்ததுமே, வலங்கை பரசுராமன், மேலும் ஒரு படி முன்னேறிச் சென்றார். அருணாசலத்துக்கு மிகவும் அணுக்கமாக இருக்கும், அவரால் போஷிக்கப்பட்டுக்கொண்டிருக்கும் அன்னபூரணி என்கிற தாசியையும் அவர் காவலில்கொண்டுபோய் வைத்தார்.

அன்று நள்ளிரவில், பிள்ளையின் வீட்டுக்கு வந்து கதவைத் தட்டினார், அருசாணலம். வேலைக்காரன் துணையோடு, விளக்கை ஏந்தியபடி கதவைத் திறந்த பிள்ளைக்கு, அருணாசலத்தைப் பார்க்கையில் பெரும் திகைப்பாக இருந்தது.

“என்ன, ஓய் இந்த நேரத்தில்?”

“ஒரு அவமானம் வந்து சேர்ந்துகொண்டது” என்ற அருணாசலம், நடந்ததைச் சொன்னார். பிறகு, “பிள்ளைவாள், வெட்கத்தை விட்டுச் சொல்கிறேன். இந்த அன்னபூரணியை என் பெண்சாதியைக் காட்டிலும் நான் அதிகமாக நேசிக்கிறேன். அவளைக் காவலில் வைத்துப் போட்டார்களே. என் மானம், மரியாதை என்னாகிறது? என் வைப்பாட்டி சிறைக்குப் போனால், அப்புறம், யார் என்னை மதிப்பார்கள்? நாய்கூட என்னை ‘வள்’ என்குமே...?”

பிறகு, அருணாசலம்தான் கொண்டு வந்திருந்த பையைப் பிள்ளையிடம் நீட்டினார்.

“என்ன இது” என்றார் பிள்ளை.

“இதிலே, ரூபாய் அம்பதினாயிரம் இருக்கிறது. இதைக் குவர்னரிடம் கொடுத்து, அன்னபூரணியை மட்டும் வெளியிலே உடனேகொண்டு வேர வேணும். இன்னிக்கே அதை பண்ண வேணும்...” என்றார். பிள்ளை கேட்டார்:

“மற்ற பெண்டுகள்”

“அந்தக் கழுதைகளைப் பற்றி எனக்கு என்ன கவலை?”

“சரி, விடியட்டும், உடனே இது பற்றிக் கவனிக்கிறேன்.”

குவர்ரனைச் சந்தித்து, அருணாசலம் தந்த பணத்தை அவரிடம் சேர்த்தார் பிள்ளை.

“இதிலே எவ்வளவு இருக்கு ரங்கப்பா?”

"ஐம்பதினாயிரம் இருக்கிறது, பிரபு?"

"ரெண்டு மாசத்துச் சம்பளக் கவலை இல்லை" என்றார் குவர்னர். அவருக்கு மகிழ்ச்சி மீண்டது. உடனே பணப்பையை எடுத்துக்கொண்டு, மனைவியைப் பார்க்கச் சென்றார். பிள்ளை, பல நாழிகை காத்திருந்தும், குவர்னர் வருவதாக இல்லை. ஆகவே, அலுத்துப் போய் வீடு திரும்பினார்.

அன்று மதியமே, அன்னபூரணி மட்டும் விடுதலை செய்யப்பட்டாள்.

பதினாறு மாதங்களுக்குப் பிறகு சிறைக் காவலில் இருந்து வெளியே வந்தாள், சோதி மாணிக்கம். உடம்பு கெட்டு, முடி சிக்கடைந்து பிரேதம் மாதிரி இருந்தாள். அவள், குழந்தையை அவள் அம்மா சிறை வாசலுக்குக்கொண்டு வந்திருந்தாள். குழந்தையைப் பார்த்ததும், அதை நோக்கிக் கையை நீட்டினாள் சோதி. குழந்தை, யாரோ அந்நிய ஸ்திரீயைப் பார்ப்பது மாதிரி பார்த்து, தலையைத் திருப்பிக்கொண்டு பாட்டியைப் பார்த்து "பாத்தி... யார் இது?" என்றது.

1993

பண்பும் பயனும் அது

அவர்கள் பயணம் புறப்பட்டார்கள். பயணம் என்பது சர்க்கரை மலை வரைக்கும். இப்படி ஒரு பயணத் திட்டத்தை சிபி சொன்னபோது சுமதிக்கு ஆச்சரியமாக இருந்தது.

"என்ன?" என்றாள், கண்களை விரித்துக்கொண்டு. அவள் புருவங்கள், அரை நெற்றியையும் தாண்டிப் போயின. ஊதி விரிந்த பலூன்போல, பெருத்த அவள் கண்களை ரசித்தபடி சிபி சொன்னான்:

"நாளை நமக்கு மூன்றாவது கல்யாண நாள் ஆச்சே, அதைக் கொண்டாடத்தான்."

"பரவாயில்லையே. அதைகூட ஞாபகம் வச்சிருக்கீங்களே" என்றாள் சுமதி. அவன் முகம் இருண்டதாய் சுமதிக்குத் தோன்றவே அவள் சந்தோஷப்பட்டாள். சுமதியின் ஒப்புதலை அவன் எதிர்பார்க்கவில்லை. அவனும் அதைக் கேட்பான் என்று சுமதியும் எதிர்பார்த்தவள் இல்லை. அவன் சட்டையை சோபாவின் மேல் சுழற்றிப் போட்டுக் குளிக்கப் போனான்.

அவர்கள் பயணம் புறப்பட்டார்கள்.

சர்க்கரை மலைக்குப் போகும் பஸ்ஸில் கூட்டம் நிறைந்திருந்தது. அவளுக்கு மட்டும் பெண்கள் பிரிவில் அமர இடம் கிடைத்தது. கையில்கொண்டு வந்திருந்த உணவு, தண்ணீர் பாட்டில்களைக் கொண்ட பையைக் காலடியில் வைத்துக்கொண்டாள் சுமதி. அவன் கம்பியைப் பிடித்துக்கொண்டு நின்றான். இது ஒன்று அவன் கோபத்தைத் தூண்ட

போதுமான காரணமாக அமைந்திருக்கும். இந்தப் பயணம் அவன் சம்பந்தப்பட்டதாயில்லே! அவன் செய்த ஏற்பாடு. அவள் அழைத்து அவன் வந்திருப்பானேயாகில், பஸ்ஸில் கூட்டத்தைப் பார்க்கையில் இன்று பயணம் வேண்டாம் என்று சொல்லியிருப்பான்.

சுமதி பக்கவாட்டில் நின்றிருந்த சிபியைப் பார்த்தாள். அவன் முகத்தில் சலிப்பின் அல்லது கோபத்தின் சுவட்டையும் காணோம். அமைதியாக இருந்தான். இதவும் ஆச்சரியம்தான். முணுக்கென்றால் கோபம் வந்துவிடத் துடிக்கும் துர்வாச மனுஷன் அவன். முன்னாலும், பின்னாலும் மனிதர்கள் இடித்ததையும் பொறுத்துக்கொண்டு அமைதி காக்கிறானே எப்படி? நடத்துநர் அருகில் வர, ஒற்றைக் கையால் கம்பியையும் பிடித்துக்கொண்டு, மறுகையால் சிரமப்பட்டு பணம் எடுத்துச் சீட்டு வாங்க, அவன் படும் கஷ்டத்தைப் பார்க்க, அவளுக்கு சற்றுப் பரிதாபம்கூட ஏற்பட்டது அவன் மேல். உடனே, அந்தப் பரிதாப உணர்வை அழித்தெறிந்தாள். இந்த இளக்கம்கூடாது இந்த நெகிழ்வுதான், அனைத்துச் சிறுமைகளுக்கும் காரணம். இவை, இந்த இளக்கம், இந்த நெகிழ்வு, இந்தத் தங்கக் கம்பிகள்! தங்கக் கம்பிகள்தான். இதைக்கொண்டு சிபி போன்ற ஆட்கள், தங்கக் கூண்டல்லவோ செய்கிறார்கள். கூண்டு என்று வந்தால் அது தங்கமாக இருந்தால் என்ன? இரும்பாக இருந்தால் என்ன?

சுமதி ஜன்னல் வழியாகத் தன் பார்வையைப் படர விட்டாள். மரங்கள்! 'ஹோ' என்று அகலக் கைபரப்பிக்கொண்டு, சைகை மொழி பேசிக்கொண்டு நிற்கிற மரங்கள். பாதையின் இருசாரியிலும் அடர்ந்து நிற்கும் மரங்கள். ஒல்லியாக, பருமனாக, இடைத்தரமாக, கிளைகளும், இலைகளுமாக நிற்கிற மரங்கள். பேய் பிடித்தப் பெண்கள் தலை விரித்து ஆடுவதுபோல, அந்த மரங்கள் ஆடின. சுமதி அவற்றோடு ஒன்றிப் போனாள். திடுமென கிளைகள் இலைகள் எல்லாம் சுருங்கி, இரண்டு கைகளை மட்டும் விரித்துக்கொண்டு நிற்கிறாற்போலத் தோன்றியது சுமதிக்கு. சங்குபோல் பருத்த மரத்தின் தலை, கூந்தல்போலவும், கண்காணா ஆணிகளால் இரத்தம் வராமல் அறையப்பட்ட பெண்களாய் மாறின மரங்கள். பிரமைதான். ஆனால், தெளிவான பிரமை. அந்த மர வரிசையில் ஒருத்தியாய் சுமதி நிற்கிறாள். அவள் அம்மா, அக்கா நிற்கிறார்கள். கல்யாணமாகாத தங்கையும் நிற்கிறாள். ஆணி இன்னும் அறையப்படாமல்

'க்ளுக்' என்று சிரித்தாள் சுமதி. பக்கத்தில், ஒரு மூட்டை சுமப்பவள் மாதிரி குழந்தையை வைத்திருந்த பெண், இவளைத் திரும்பிப் பார்த்தாள. சிபியும் பார்த்தான். 'எதுக்கு சிரிக்கிறது பைத்தியம்' என்று அவன் நினைத்திருக்கக் கூடும். தன்னைப் பைத்தியம் மாதிரி, அந்தக் கணம் கற்பனை செய்து பார்த்தாள் சுமதி. தலையைப் பிடாரி மாதிரி கலைத்துக்கொண்டு, துணிகளைக் கிழித்துக்கொண்டு, போவோர் வருவோரைக் கல் எறியும் சுமதி, துணி கிழிக்கப்படுவது, மார்புகள் ஸ்பஷ்டமாய் தெரிவது மாதிரி இருக்க வேண்டும். மார்பின் மேல் சூடாக, இறுக்கமாக வந்து மோதும் ஆண்களின் விழிகளை, சிபி சந்திக்க வேண்டும். அந்த நினைவே அவளைக் கிளர்த்தி, களிகூரச் செய்தது. வேறு எந்த வகையில் அவனைப் பழி தீர்க்க முடியும்?

சிபி அவளைப் பார்த்து, ஓர் ஓணானைப்போல தலையசைத் தான். பஸ்ஸும் நிதானமாயிற்று. ஆகவே அவர்கள் இறங்க வேண்டிய இடம் வந்து விட்டது என்பதைத்தான் அவன் உணர்த் தினான் என்பது அவளுக்குப் புரிந்தது. அவள் தன் சுமைகளைச் சுமந்துகொண்டு அவனுடன் இறங்கினாள்.

அந்த இடம் அவளுக்கு ஏற்கெனவே பரிச்சயமானதாகத் தெரிந்தது. அப்படித்தான், அவர்களுக்குத் திருமணம் ஆன மறுநாள் அவர்கள் இங்குதான் வந்திருந்தார்கள். அந்தப் பட்டாணிக்கடை அப்படியேதான் இருந்தது. மாபெரும் தகரத் தட்டங்களில் வழிய வழியப் பட்டாணியும், வெள்ளைப் பொரி கடலையும் சின்னத் தட்டங்களில் வேர்க்கடலையும் முன்பு பார்த்ததுபோலவே இருந்தது. அதன் அருகில், பெட்டியடியில் அமர்ந்திருந்த கடைக்காரரும் அப்படியே இருந்தார். கன்னங்கருத்த, மேலாடை இல்லாத கடைக்காரர் உடம்பு, இந்த மூன்று ஆண்டுகளில் சற்று சதை போட்டிருந்தது. தன்னிச்சை இன்றியே, அவள் அந்தக் கடைப்பக்கம் போனாள். போன முறை வந்தபோது. அவன் அவளுக்குப் பட்டாணி வாங்கித் தந்தான். கொறித்துக்கொண்டே அவர்கள் படி ஏறினார்கள். ஒருவர் மேல் ஒருவர் பட்டாணியை வீசியெறிந்து கொண்டே படி ஏறினார்கள். அவனுக்கு இதெல்லாம் ஞாபகம் இருக்குமா? அதனால் இனி ஆகப் போகிறது என்ன?

சுமதி பட்டாணிக் கடைப்பக்கம் போவதைப் பார்த்து, 'பச்' என்று சலித்துக்கொண்டான் சிபி. சட்டென்று தன்னைச் சுதாரித்துக்கொண்டவனாக, "சரி வாங்கிக்கோ" என்றான். ஏதோ அவன் உத்தரவுக்காக அவளும், உலகமும், சூரியனும்

சந்திரனும் காத்திருக்கிற மாதிரி அவன் சம்மதித்தான். சுமதிக்கு சற்று ஏமாற்றமாக இருந்தது. சிபி, பட்டாணி வேண்டாம் என்று சொல்லி இருந்தான் என்றால் அவள் அதை மீறி இருப்பாள். அந்த வாய்ப்பு அவளுக்குக் கிடைக்கவில்லை.

வெகு சீக்கிரமே, அவர்கள் அடிவாரம் வந்து சேர்ந்தார்கள். படி ஏறத் தொடங்கினார்கள். சுமதி, தன் கையிலிருந்த சுமையைச் சிபியிடம் கொடுத்தாள். அவனும் வாங்கிக்கொண்டான். அவள் பட்டாணியை, தோலைக் கொறித்து வாயில் போட்டுக்கொண்டான். சிபி, ஒரு படி முன்னாலும், அவள் ஒரு படி பின்னாலும் இருந்தார்கள். திடுமென, அவன் அவள் பக்கம் திரும்பி, "உனக்கு ஞாபகம் இருக்கா சுமி, நமக்குக் கல்யாணம் ஆன மறுநாள் நாம் இங்குதான் வந்தோம்..." என்றான். சொல்லிவிட்டு, அவளிடம் எதையோ யாசித்தான். வேறு எதை? ஒரு புருவம் தூக்கலை, ஒரு மந்தகாசத்தை, பேஷ் பரவாயில்லையே என்கிற பெருமிதத்தை, நான் அதை மறக்கவில்லை. உன் மேல் இன்னும் எனக்குக் காதல் இருக்கிறதாக்கும் என்கிற பொய் தம்பட்டத்தை! நானா ஏமாறுவேன்?

சுமதி இயன்றவரை, முகத்தைக் கடுமையாக வைத்துக் கொண்டாள். அவள் சொன்னது காதிலேயே விழவில்லை என்பதான போலிப் பாசாங்கை சமத்காரமாகச் செய்து முடித்தாள் அவள்.

மலையின் சமபகுதிக்கு அவர்கள் வந்து சேர்ந்தார்கள். வெயில் காரமாக இருந்தது. கழுத்தில் உறைத்தது. காதுகளின் பின்புற மடல்களில் இருந்து வியர்வை வழிந்தது. வியர்வையால் உடம்பு நசநசத்தது. சற்று தூரத்தில் இருந்த முருகன் கோயிலுக்கு வந்திருந்த சில பேர், பாறைகளின் மேல் அமர்ந்து சாவதானமாக தேங்காய் படைத்துச் சாப்பிட்டுக்கொண்டிருந்தார்கள்.

கொண்டு வந்திருந்த பையில் இருந்த சமுக்காளத்தை எடுத்து விரித்தான் சிபி. இருவரும் அமர்ந்தார்கள். தண்ணீர் பாட்டிலைத் திறந்து குடித்தாள் சுமதி. அவன், தரையில் கிடந்த ஒரு குச்சியை எடுத்து, மண் தரையில் எதையோ கிறுக்கிக் கிறுக்கிக் கலைத்தான். இருந்த இடத்திலிருந்தே அவன் எழுதுவது என்னவாக இருக்கும் என்று பார்த்தும் பார்க்காததுபோல அதைப் பார்த்தாள் சுமதி. சரியாக விளங்கவில்லை, வேறு என்ன இருக்கும்? இந்திராணியின் பெயராக இருக்கும்.

சுமதி தனக்குள் சிரித்துக்கொண்டாள். அவன் அதைப் பற்றிப் பேசுவான் என்று அவள் எதிர்பார்த்தாள். அவன் தொண்டையைச் செருமிக்கொண்டான்.

'வெளியில் வா சிபி' என்று தனக்குள் சொல்லிக்கொண்டாள் சுமதி.

"சுமதி"

"ம்"

"உன்னை இங்கு அழைச்சுக்கிட்டு வந்தது எதுக்குத் தெரியுமா?

"ஏதோ சொன்னீங்களே... கல்யாணம் ஆன மூணாவது வருஷம்னு..."

"ம்... அதுவும் ஒரு காரணம். ஆனா, மனம் விட்டு சில விஷயங்கள் பேசலாம்னுதான்..."

அவன் முகம் சோகவயப்பட்டது மாதிரி இருந்தது. சோகம் என்பது, நெற்றி தூக்கல், நெற்றியில் மடிப்புக்களை ஏற்படுத்தும். முகத்தை உம்மென்று வைத்துக் கொள்ளுதல். இது ஒரு பாவனை. இதைக் கண்டுவிட்டால், சுமதி துடித்துப் போவாள். உயிர் அவளிடம் தரிக்காது, சோறு இறங்காது, தூக்கம் வராது, அது ஒரு காலம். அவளிடம் அப்போது காதல் இருந்தது. அவனுக்காக எதையும் துறக்கிற, அவன் பொருட்டு எதையும் மறுதலிக்கிற காதல். அது இருந்த கூடு மட்டும் இப்போது அவளிடம். அவனே தொடர்ந்தான்.

"உன் மனசுக்குள்ள என்னைப் பற்றித் தப்பான எண்ணம் விழுந்துருச்சி."

சுமதி கூர்மையானாள்.

"எது தப்பு?"

"எனக்கும் இந்திராணிக்கும் சிநேகம் இருக்குன்னு, இன்னும் நீ நம்பறே..."

அவள் உடனடியாகச் சொன்னாள்:

"சிநேகமா இருந்தா பிரச்சினை இல்லையே..."

அவன், அங்கிருந்த புற்களை அனாவசியமாகப் பிய்த்தெறிந்தான். ஒரு சிகரெட்டை எடுத்துப் புகைத்துக்கொண்டு, புகையை வழிய விட்டான்.

"நான் மறுக்கலையே. ஒரு காலத்தில் இருந்தது. இப்போ இல்லை. நீ இதைப் புரிஞ்சுக்கணும். எந்த சந்தர்ப்பத்தில் அது ஏற்பட்டுச்சுன்னு..."

“எனக்கு அதைத் தெரிஞ்சுக்கிறதுல இஷ்டம் இல்லை.”

சிபியிடம் திடீரென்று ஒரு பிடிவாதம் ஏற்பட்டது. தன்னை முழுசாக இறக்கிக் காட்ட வேண்டும் என்று முடிவெடுத்தவன்போல அவன் சொன்னான்:

“ஆணுக்கும், பெண்ணுக்கும் சினேகம்னா, அது படுக்கைக்கு...”

“உஸ்” என்று அவன் சொல்ல வந்ததை உடனடியாக மறித்தாள் சுமதி.

“ரெண்டாம் முறையாவும் என்னை அவமானப் படுத்தக் கூடாது. ஆண் பெண் உறவைக் கொச்சையா, அம்மணமா புரிஞ்சுக்கிறவள் நான்னு நிரூபிக்க வேணாம். உங்க மூளையில், நான் முட்டாள் புரிஞ்சுக்க முடியாத பாமரம். நீங்க யாரோடு படுத்துக்கிறீங்கங்கறது என் விஷயம் இல்லை. ஆனா, எவளையோ ஜெயிச்ச சந்தோஷத்தை, என் மேல அலட்சியமா திருப்ப உங்களுக்கு உரிமை இல்லை. என் அத்து எனக்குத் தெரியும். நான் வலை வீசிட்டு காத்திருக்கலை. நீங்க மீனும் இல்லை.”

அவன், இப்படி அவள் பேசுவாள் என்று எதிர்பார்த்தவன் இல்லை. அவசரமாகவும், அபத்தமாகவும் சொன்னான்:

“எனக்குப் பசியில்லை... அப்புறம் சாப்பிடலாமே”

சுமதி சிரித்தாள்.

பட்டாணி சுற்றி வந்த காகிதத்தில், கப்பல் செய்ய தொடங்கினாள். கத்திக் கப்பல், தண்ணீருக்கு அடியில் பதுங்கி இருக்கும் பகையை அழிக்கும் கத்தி. கத்திக் கப்பல் விடுவதற்கென்றே, சின்ன வயசில் மழை பெய்யும். வாசலில் சாக்கடையை அடைத்து, தண்ணீர் தேங்க வைத்து, அவள் கப்பல் விடுவாள். நோட்டுப் புத்தகங்கள் எல்லாம் இளைக்கும் வரை, அப்பா வாங்கிப் படித்து ஒழுங்காக மடித்து வைத்திருக்கும் ‘இந்து’ பத்திரிகைகள் குறையும் வரை, சாதாக் கப்பல், கத்திக் கப்பல், மேலே மூடி வைத்தக் கப்பல் எல்லாம் விதம் விதமாக, மழையைத் தலையில் வாங்கிக்கொண்டு, சட்டை பாவாடை நனையும் வரை, அம்மா சொல்லிச் சொல்லிப் பார்த்து தாங்காமல், அடுப்பில் வைத்த வாணலி எக்கேடும் கெடட்டும் என்று வந்து அவள் முதுகில் அறைகிற வரை. இப்போதும் மழை பெய்யத்தான் செய்கிறது. கப்பல்விடத் தோன்றுகிறதும் நிஜம்தான். ஆனால் கல்யாணம் பண்ணிக்கொண்டு, இருபத்து ஐந்து வயசான, கே.

வி. எஸ் கம்பெனியில் காசாளர் என இருக்கும் மனுஷி, கப்பல், அதுவும் கத்திக் கப்பல் பண்ணி விடுகிறதாவது?

பட்டாணித் தாளைக் கத்திக் கப்பலாக மாற்றித் தரையில் வைத்தாள் சுமதி. மண்ணைக் கிழித்துக்கொண்டு அது புறப்படுகிறது. யுத்தக் கப்பல் அது. யாருடன் யுத்தம்? புழுதி பரக்க கப்பல் விரைகிறது. யாரை நோக்கி? கப்பலுக்குக் கீழே கத்தி கொஞ்சம் கொஞ்சமாக நழுவிக் கீழே வழுக்குகிறது. அதன் எதிரே வர இருந்த எதையும் இரண்டு துண்டாக்கிக்கொண்டு விரைகிறது. திமிங்கலங்கள், பாம்புகள் என்று எத்தனை பகைகள்?

திடுமென, சிபியும் நீந்திக்கொண்டு வந்த கப்பலை வழி மறிக்கிறான். அவன் மீன்? அவன் விலாங்கு? அவன் தண்ணீர்ப் பாம்பு? அவன் விரியன் பாம்புக் குட்டி? அவனும் இரண்டு துண்டாகிறான்.

அவள் சிரித்தாள். வாய் விட்டுச் சிரித்தாள். சிபி பயந்து போயிருக்க வேண்டும்.

"என்ன ஆச்சு?"

"எல்லாம் ஆச்சு"

அவன் அவளைப் புதிராகப் பார்த்தான். அவள், அவனுக்குப் பின்னால் உயர்ந்திருந்த மலையைப் பார்த்தாள்.

"மலை உச்சிக்குப் போகலாமா?" என்றவள், அவன் சம்மதத்தை எதிர்பார்க்காமல் எழுந்தாள். அவனுக்கு முன்னால், சமதளத்தில் இருந்து திடுமென மலை ஒன்று எழுந்தது. மாடுகளும், ஆடுகளும், அவற்றை ஓட்டிக்கொண்டு போகிறவர்களும் போட்டிருந்த ஒற்றையடிப் பாதையொன்று எழுந்தது.

சுமதி முன்னாலும், சிபி பின்னாலும் நடந்தார்கள். சட்டென்று அவளிடம், சிறுமியின் உற்சாகம் வந்து தாக்கியது. தாண்டித் தாண்டிக் குதித்தவாறு அவள் முன்னேறினாள். அவள் வேகத்துக்கு ஈடு கொடுக்க முடியாமல், இறைக்க இறைக்க அவன் பின் தொடர்ந்தான். அவனைக் கன்றுக் குட்டியாக்கித் தன் பின்னால் வரப் பண்ணியது அவளுக்கு சந்தோஷமாக இருந்தது.

வா, என் பின்னால் இது பழிக்குப் பழி. எத்தனை காலம் நான் உனக்குப் பின்னால் நடந்து கொண்டு இருப்பது சிபி?

அவர்கள் உச்சியை நெருங்கினார்கள். காற்று, வெறி பிடித்ததுபோல சுழன்று அடித்தது. தலைமயிரும், ஆடைகளும் தாறுமாறாகக் கலைந்தன. மேலிருந்து பார்க்கையில், வயிறு

பந்தாகச் சுரிட்டிக்கொண்டு "பகீர்" என்றது. சட்டென்று அவசரமாக, பொதுக்கென்று ஒரு கிடுகிடு பள்ளம் இறங்கியது. அடிவாரத்தில் ஓடும் ஏதோ ஆறு, கோவணத் துணி மாதிரி மெல்லிசாகக் கிடந்தது. அங்கேயும் ஜனங்கள் வந்து போன சுவடு தெரிந்தது. அணைத்து எறிந்த சிகரெட் துண்டுகள், தின்று எறியப்பட்டு வெயிலில் சருகாகிய வாழை இலைகள், ஒரு காலி பாட்டிலும்கூட அங்கு கிடந்தது. இருவருமே, மனசுக்குள் பயம் எழ, அந்தப் பள்ளத்தை வேடிக்கை பார்த்தார்கள். அச்சம் ஒரு சுவை, ரசம். அதையும் அனுபவிக்கலாம்போலத் தோன்றியது சுமதிக்கு.

முடி பறந்து பறந்து முகத்தில் விழ, மண்ணின் அடிவாரம்போல 'ஆ' என்ற வாயைப் பிளந்துகொண்டு, இருள் மண்டி, நரகத்தின் வாசல் போலும், தூர்ந்த கல்லறையின் சிதிலம் போலும், சகல தீமைகளின் கர்ப்பக் கிரகம் போலும், பயங்கரமாகக் காட்சி தந்த அந்தப் பள்ளத்தையும், அருகிலே ஒரு சாண் அருகில் நின்றிருக்கும் கணவனைப் பார்த்தாள் சுமதி. அவனை அப்படியே அந்தப் பள்ளத்தில் தள்ளிவிட்டால் என்ன? விழுந்தால், ஓர் அங்குல எலும்பும் தேறாது. காற்றில் அவன் ஆவி கலக்கும். உடல் மண்ணுக்கு ஆகும். ஓரக் கண்ணால் சிபியைப் பார்த்தாள். சிபியும் ஏனோ முகம் இருண்டு கிடந்தான்.

மனசுக்குள் சிபியை அவள் தள்ளிவிட்டாள். அலறி, விதிர் விதிர்த்து, அகலக் கால் பரப்பி, தலை மண்ணை நோக்க, விழுந்து பொடிப் பொடி ஆகிறான் சிபி. அதுக்கு அவன் தகுதியானவன்தான். படிக்க வேண்டும் என்று ஆசைப்பட்டவளை, இவளைத்தான் கட்டுவேன் என்று அடம்பிடித்தவன் அவன். அன்று காலையில்தான் அவன் முகத்தை அவள் பார்த்திருக்க, அன்று இரவே, அவள் மனம் பதைக்க பதைக்க அவள் சேலையை உருவி, அவளைப் பெண்டாளச் செய்தவன் அவன். என்ன நடக்கிறது என்று அவள் அவதானிக்கும் முன்பே, எல்லாம் நடந்து முடிய அவளைக் கேவலமாக உணரச் செய்தவன் அவன். காலைச் செய்தி படிக்கும் அவள் அப்பாவிடம் இருந்து அவள் சுவீகரித்துக்கொண்டிருக்கும் பழக்கத்தை வறச் செய்தவன் அவன். அவள் சித்தி மகன், வீட்டைக் கண்டுபிடித்துக்கொண்டு பூவும், பழமும் வாங்கி வந்தவன், இருந்து பேசி, சாப்பிட்டும் போனவனுக்குப் பிறகு, இவனுக்குத் தலைவலி என்று சிடுசிடுத்துக்கொண்டு, முகத்தைத் தூக்கி வைத்துக்கொண்டானே அது ஏன்? இந்திராணியை அழைத்துக்கொண்டு வந்து

விருந்து வைக்கச் சொல்லி, வெள்ளையாக இவளும் பண்ணப் போய், இவள் சமையல் கட்டில் இருக்க, அவர்கள் அறையில் காதல் பண்ணி, இவளைக் கிண்டல் பண்ணுவதுபோல இழிவு பண்ணினானே, அதுக்கு இவன் செத்தால்தான் என்ன? என்னை இது மாதிரி இழிவாக எல்லாம் நினைக்கப் பண்ணினானே, அதுக்காகவே அவன் சாகலாம்தானே? பூக்களாய்ப் பூத்துச் சொரிந்த மனசுக்குள் இரத்த வெறி பிடித்த யோசனைகளை விதைத்தானே, அதுக்காகவே அவன் ஒழியலாமே...

கையெட்டும் தூரத்தில்தான் அவன் இருந்தான். அவன் வாழ்வு இப்போது இவள் கையில். அவள் மனம் மகிழ்ச்சியுற்றது.

சிபி, அவளைப் பார்த்தும் பார்க்காதும் பார்த்தான். இந்த ராட்சசி என்னை விட்டு எப்போது ஒழிவாள். சதா சர்வகாலமும் அடுப்பைக் கட்டிக்கொண்டு திரியும் அடுப்புக்கரி. இது என்னை விட்டு எப்போதும் போகும்? எல்லா வகையிலும் சமதளத்தில் இயங்கும் இந்திராணியுடன் நிம்மதியாகக் கூடு அடையலாமே.? அவசரப்பட்டுவிட்டேன். அலுவலகத்து அழுக்கோடும், அலுப்போடும் என்னைப் பிடித்த சனி, எப்போது என்னை விட்டு விலகும்.

சுமதியின் கண்கள் அவனைத் துன்புறுத்துகின்றன. அவை அவனைத் துளைத்து எடுக்கின்றன. துயரம் செய்கின்றன. அவன் அவளைப் பார்க்கும் தோறும் சுருங்கிப் போகிறான். அவன் மனம் பனிக்கட்டி ஆகி விடுகிறது. எப்போதும் துடைத்த பாத்திரம்போல் பளபளக்கும் அவள் எங்கே? ஏதோ உலகத்தில் நடக்காதது நடந்து விட்டதுபோல குத்திப் பேசும் இவள் எங்கே? நான் தாலி கட்டிக்கொண்டது ஒரு நரகத்தையா? இவள் என் தவறுகளின் அவசரங்களின் தோற்றுவாயா? இது அடைபட வேண்டும்.

இவளை இப்பவே கீழே தள்ளிக் கொலை செய்தால் என்ன?

அவர்கள் அமைதியாகக் கீழே இறங்கி வந்தார்கள். கொண்டு வந்த உணவுப் பதார்த்தம் தீர்ந்து, பாத்திரங்கள் காலியாகி, சுமை குறைந்திருந்தது. அவர்கள் ஒருவரோடு ஒருவர் பேசிக்கொள்ளவில்லை. பேச எதுவும் இருப்பதாக அவர்களுக்குத் தோன்றவில்லை.

இரவு பத்து மணி தாண்டி அவர்கள் வீடு வந்து சேர்ந்தார்கள். பால் பாக்கெட்டை உடைத்துப் பாலைச் சுட வைத்தாள் சுமதி.

பிரபஞ்சன் | 81

அவன் ஒரு டம்ளர் குடித்தான். அவள் ஒரு டம்ளர் அருந்திவிட்டு படுத்தாள். ஒருக்களித்துப் படுத்தாள். அவன் பால்கனியில் நின்றபடி இருட்டைப் பார்த்துக்கொண்டு சிகரெட் பிடித்தான்.

ஊர் அடங்கி இருந்தது. எதிரில் இருந்த பால்கார வீட்டுப் பசு, மூச்சு விடுவது அதீதமாக இருந்தது. சிகரெட்டை எறிந்து விட்டு, விளக்கை அணைத்தான். ஒருக்களித்துப் படுத்திருந்த அவளை நேராகப் படுக்க வைத்தான்.

ஒரு மனிதனின் முழு பாரமும் தன்மேல் விழுவதை அவள் உணர்ந்தாள். இயன்றவரை தன்னை ஒரு மரக்கட்டைபோல் ஆக்கிக்கொண்டாள். அவன் புசுபுசு என்று மூச்சிரைக்க இயங்கினான். மிருகமா இவன்? மிருகங்களில் பலாத்காரம் இல்லையாமே! இது தனி ஜாதி மிருகம் போலும். பலாத்காரம் செய்கிற, பேசுகிற, முகம் மழித்துக் கொள்கிற, பனியனும் ஜட்டியும் அணிந்த, மாதச் சம்பளம் வாங்குகிற மிருகம் போலும்.

அவன் தணிந்தான். தரையில் நின்று, கைலியைக் கட்டிக் கொண்டான். கட்டிலின் ஓர் ஓரமாகப் படுத்தான். சற்று நேரத்தில் தூங்கிப் போனான்.

அவள், தன்னைச் சுற்றி ஒரு போர்வை மாதிரி கவிந்த இருட்டையே பார்த்துக்கொண்டு இருந்தாள்.

1994

பதவி

காலமே, எட்டு மணிக்கெல்லாம், குவர்னர் தூய்ப்ளெக்சின் பெண் ஜாதி மூான் அம்மையைக் கண்டு கொள்ள, அன்னபூரண ஐயன் வந்து சேர்ந்தான். மூான் அம்மை, படுக்கையை விட்டெழுந்து மாளிகைக்கு வெளியே இருக்கிற பூவரச மரத்துக்குக் கீழே, தனி மேசை ஒன்றைப் போட்டு அமர்ந்து, காலை வெயிலை வாங்கிக்கொண்டு 'கபே' குடித்துக்கொண்டிருந்தாள். மஞ்சள் பூவரச பூவைப் பார்த்த ஐயன் மனசுக்குள், ஒரு பெரிய, கையும் காலும் முளைத்த பூவரசம் பூவே காலை வெயிலை வாங்கிக்கொண்டு கபே குடிப்பதாகத் தோன்றியது. மூான் அம்மையின் அரைத்த மஞ்சள் நிறம், அவரை மருட்டி விட்டது.

தம்முன் நிற்கிற மனுசரை ஏறிட்டுப் பார்த்தாள், மூான் அம்மை.

"ஆரு" என்றாள் அவள்.

ஐயன், குதிரை லாடம்போல, வளைந்து, குனிந்து, மூானை வணங்கினார்.

"அம்மா, பரதேவதை! புதுச்சேரிப் பட்டணத்தைக் காக்கிற பரமேஸ்வரி. ஒரு விண்ணப்பம் பண்ணிக்கொள்ளவே வந்தேன். கனகராய முதலியார் காலம் பண்ணிப் போன பிறகு, அவருடைய துபாஷ் உத்தியோகம் பூர்த்தி பண்ணப்படாமல் இருக்கிறதே..." என்று தயக்கத்துடன் நிறுத்தினார் ஐயன்.

"ஆமாம், 'கோர்த்தியே' உத்தியோகம். இன்னும் நிரப்பப்படவில்லைதான்... அதைத்

தொட்டு உனக்கென்ன?" என்றாள் மூான் அம்மை. அவள் மூளை கணக்குப் போடத் தொடங்கியது. ஏதோ ஒரு புதையலின் வாய், அவளுக்கென்று திறந்துகொண்டதை, அவள் முகர்ந்துவிட்டிருந்தாள். ஐயன் சொன்னார்:

"அம்மையே... என்ன பேர் அன்னபூரண ஐயன். கும்பெனியிலே மேஸ்திரியாக இருக்கிறேன். எனக்கு, அந்த உத்தியோகத்தை அம்மாள், வரப் பண்ணவேணும். அம்மாளுக்கு பிரதியுகாரமாக என்ன பண்ணவேணும் என்று, அங்கு உத்தரவு ஆகிறதோ, அதைப் பண்ணச் சித்தமாய் இருக்கிறேன்."

மூான், சற்றுநேரம் யோசித்துக்கொண்டிருந்தாள். பிறகு சொன்னாள்:

"அது ரொம்பவும் சிரமமாச்சுதே! ஏற்கெனவே ரங்கப் பிள்ளை, பெரிய துபாஷித்தனத்திலே இருந்துகொண்டிருக்கிறான். அதிகாரப் பூர்வமாக, பெரிய துபாசியாக, அவன் நியமனம் ஆகவில்லையென்றாலும், அவன்தானே துபாஷ் பண்ணிக்கொண்டிருக்கிறான். அதன் மேல் நாம் காரியம் பண்ணுவது ரொம்ப சிரமமாய் இருக்குமே"

ஐயன் ரொம்பத் தாழ்மையாய்ச் சொன்னான்:

"லோகத்துக்கே ராஜாவாக இருக்கப்பட்ட பிரபுவின் பெண்சாதி நீர். மகாராணி. நான் அனுதினமும் உண்ணும் சோறும், பருகும் தண்ணீரும் உம்மது என்று மரண பரியந்தம் நினைத்துக்கொண்டு தம் காலடி நிழலிலே வாழ்வேன். அதுக்காக, சீமாட்டி, என்ன பிரியப்பட்டாலும் கொடுக்கச் சித்தமாய் இருப்பேன்."

மூானின் கண்கள் மின்னின.

"என்ன தருவாய்?" என்றாள் அவள்.

"குவர்னருக்கு ஐயாயிரம் வராகன்களும், தங்களுக்கு ஆயிரத்து நூறு வராகனும் தரச் சித்தமாக இருக்கிறேன்"

"ரொம்பவும் குறைவாகச் சொல்கிறாயே? துபாஷ் வேலையில் அமர்ந்தாயானால், பணத்தை முறத்தால் அல்லவா அரித்துக் கொட்டுவாய். அப்படி இருக்கையில், குவர்னருக்கு ரொம்பவும் குறைத்துக் கொடுக்கிறாயே..."

"அம்மா தாயே ஐஸ்வர்ய தேவதை! நானோ அன்னக் காவடி. என்னால் ஆனதைத் சொன்னேன். தாங்கள் நிர்ப்பந்தப்படுத்தினீர் என்றால், இன்னும் ஓர் ஆயிரம் கூடுதலாகத் தருகிறேன்."

அம்மை, யோசித்திருந்துவிட்டுச் சொன்னாள்.

"யோசிப்போம் நீ போய் வா"

அன்னபூரண ஐயன், மீண்டும். நெருப்புக்கோழி மாதிரி கழுத்தை வளைத்து வணங்கி, அந்த நிலையிலேயே பின்னால் நகர்ந்து போய்ச் சேர்ந்தான்.

பெரிய துபாசித் தனத்திலேயிருந்து, காலம் பண்ணிப் போன கனகராய முதலியாரின் தம்பி, லாசர் தானப்ப முதலி, கோயில் பெரிய பாதிரியார் அண்டைக்கு வந்து நின்றான். அர்ச்சிஷ்ட பாதிரியார் முன்னால் வந்து, மண்டியிட்டு ஸ்தோத்திரம் செய்துகொண்டான். பாதிரியார், அவனை ஆசீர்வதித்து விட்டுச் சொன்னார்.

"லாசா, எழுந்திரு. என்ன காரியமாக வந்தாய்?"

"சுவாமி, எல்லாம் தங்கள் அனுக்கிரகம் வேண்டித்தான் வந்திருக்கிறேன். தாங்கள் மெய்யாகவே என் மேல் அபிமானிக்கிறது உண்டானால், என் அண்ணன் கனகராய முதலி செய்துகொண்டிருந்த பெரிய துபாஷ் பதவியை எனக்குப் பண்ணிக் கொடுக்க வேண்டும். இதுவே என் மன்றாட்டு."

பெரிய சுவாமி யோசனையில் ஆழ்ந்தார். தம் தாடியை நீவிவிட்டுக்கொண்டு சொன்னார்:

"லாசர், அந்த இடத்திலே ஏற்கெனவே ரங்கப் பிள்ளை, இருந்துகொண்டு மிகச் சிறப்பாக உத்யோகம் பார்த்துக் கொண்டிருக்கிறானே."

"தாங்கள் அவ்விதம் சொல்லலாமா? நான் கிறிஸ்துவன் அல்லவோ? தங்கள் மார்க்கத்தைச் சேர்ந்தவன் அல்லவோ? ஒரு 'தமிழ்' மனுசன் அப்பேர்க்கொத்த உத்தியோகத்திலே இருக்கிறதாவது? அதுவு மன்னியில், என் அண்ணன் புத்ர சந்தானம் இல்லாமல் போன படியினாலே, அவருக்குப் பிறகு, நான் உத்தியோகத்துக்கு வருவதில் பரம்பரை பாத்தியப்பட்டவன் அல்லவோ? குவர்னர் துய்ப்ளெக்ஸ் பிரபு ஒரு கிறிஸ்துவர். அவருடைய துபாஷுக்கு கிறிஸ்துவனாக இருப்பதுவே சிலாக்கியம், அல்லவோ?"

லாசர் சொல்கிறதிலே ஒரு நியாயம் இருப்பதாக, பெரிய பாதிரியாருக்குப் பட்டது. அண்ணனுக்குப் பிறகு, தம்பி உத்யோகம் பண்ணலாமே? அது நியாயம் என்று தோன்றியது.

"நீ சொல்கிறதில் ஒரு நியாயம்தான் இருந்தாலும், நான் குவர்னருடன் பேசிப் பார்க்கிறேன். மதாம் குவர்னர், மனிதாபிமானம் உள்ளவள் ஆச்சுதே. அவள் உனக்குச் சகாயம் பண்ணுவாள். நான் அந்தப் பொம்பிளையோடு பேசிப் பார்க்கிறேன்" என்றார் பெரிய சாமி. சொன்ன படிப் பேசவும் செய்தார்.

"மதாம் துய்ப்ளெக்ஸ்! நீரோ, நம் கிறிஸ்து மார்க்கத்தை உத்தாரணை பண்ண வந்த மனுஷியாச்சே? உன் நாளையிலே, ஒரு கிறிஸ்து அல்லாத 'தமிழனை' பெரிய துபாஷித்தனத்துக்கு வைக்கலாமோ? அப்படிக் கொடுத்தால் காரியம் இல்லை. நன்றாக யோசிச்சுக்கொண்டு, நம் ஆளான லாசர் தாளப்ப முதலியை அந்த உத்தியோகத்திலே வையும்" என்று சிரேஷ்டர் சொன்னதைக் கேட்டு மூன் அம்மாள் இருந்துகொண்டு சொன்னாள்.

"அப்படியா? சுவாமிகள் சொல்கிறது எனக்கு அதி ஆச்சர்யத்தைத் தருகிறதே. பெரிய துபாஷித்தனத்திலே யாரைக் குவர்னர் நியமனம் பண்ண இருக்கிறார் என்கிற சங்கதியே எனக்குத் தெரியாதே. அப்படியிருக்கையில், நான் தங்களுக்கு என்ன உத்தாரம் சொல்லட்டும். எதுக்கும், துரையவர்களுடன், நான் கலந்து கொள்கிறேன். நீரும், துரையிடம் இது பற்றிப் பேசும்..." என்று மிகப் பக்குவமாகச் சொல்லி, சிரேஷ்டரை அனுப்பி வைத்தாள், மூன்.

குவர்னர் துய்ப்ளெக்ஸ், இரவு உணவை உண்டுகொண்டிருந்தார். மூன், அவருடன் இருந்து அருந்திக்கொண்டிருந்தாள். அப்போது மூன் அம்மை, புருஷனிடம் கேட்டாள்.

"பிரான்சுலா... பெரிய துபாஷித்தனத்துக்கு, யாரையேனும் புதுசாகப் போடப் போகிறாயா? பேச்சு நடக்கிறதே..."

துய்ப்ளெக்ஸ், சூப்பை உறிஞ்சிக்கொண்டே சொன்னார்.

"புதுசாக என்னத்துக்குப் போட வேணும். அதுதான் ரங்கப்பன் இருக்கிறானே. ரங்கப்பன், சின்ன வயசிலே இருந்தே, கும்பெனி வேலையில் பழகியவன். அவன் அப்பன் காலத்தில் இருந்தே அனுபோகஸ்தன். நம்முடைய உயர்ச்சியை விரும்புகிறவன். அவன் இருக்கிறபோது, இன்னும் என்னத்துக்கு இன்னொரு துபாஷி... அதிகாரபூர்வமாக அவன் நியமனம் ஆகவில்லையென்றாலும் அவன்தானே நம் துபாஷ்?" என்றவர், சில கணம் சென்று கேட்டார்.

"அன்பே, உனக்கு யாரையேனும் அந்த இடத்துக்கு வைக்க வேணும் என்கிற எண்ணம் இருக்கிறதோ?"

"அன்னபூரண அய்யன் எப்படி?"

"ஆர்? ஐயன்தானே? எனக்குத் தெரியுமே அவனை! வைத்தியன் அல்லவோ, அவன். வைத்தியம் தெரிஞ்சவன். விவகாரம் தெரிஞ்சவன் அல்லவே. அவன் துபாஷ் உத்தியோகம் என்றது வர்த்தகர்களுடன் பேசி, சரக்கு கொள்முதல் செய்கிறது, கப்பலில் ஏற்றுகிறது, துலுக்கர் முதலான நவாபுகளுடன், அவர்கள் பாஷையிலே பேசி, கடுதாசி எழுதி, ராஜிய காரியம் பண்ணுகிறது அல்லவோ. அதெல்லாம், இந்த வைத்தியனுக்கு என்ன தெரியும்?"

"அது, உள்ளது பிரான்சுலா" என்று ஒப்புக்கொண்டார் ழான்.

"ழான், உனக்கு யாரை துபாஷ் உத்தியோகத்துக்குப் போட வேணும், என நினைக்கிறாயோ, அவரைச் சொல். போட்டு விடலாம்..." என்றார் துய்ப்ளெக்ஸ். அதுக்கு ழான் சொன்னாள்.

"துபாஷ் உத்தியோகத்துக்கு வருகிறவர், நம் சுபிட்சத்தை நினைக்கிறவராகவும் இருக்க வேணும். அவர் நம் மதஸ்தராகவும் இருக்க வேணும். அதனால், நமக்கு நாலு பணம் வரவாகவும் இருக்க வேணும். அதுவே என் கவலை."

துய்ப்ளெக்ஸ் சிரித்தார்.

"என் அருமை ழான் செய்வது எல்லாம் சரியாக இருக்கும். உன் விருப்பம் என்ன சொல். அதையே செய்து விடலாம்." என்றார் துய்ப்ளெக்ஸ் இறுதியாக.

வெயில் சாய்ந்துகொண்டிருந்தது. வீடுகளின் முகடுகளுக்கு வர்ணம் அடித்துக்கொண்டிருந்தது வானம். ரங்கப்பிள்ளை, தம்முடைய பாக்கு மண்டியிலே அமர்ந்திருந்து, பாக்கு மூட்டைக் கணக்கு வழக்குகளைப் பார்த்துக்கொண்டிருந்தார். அப்போது, ஒரு சிப்பாய் அவரிடத்திலே, வந்து துய்ப்ளெக்ஸ் துரையின் பெண்ஜாதி அழைப்பதாகச் சொன்னார். பாக்கு மண்டிக்கு வெகு அருகில் இருந்த குவர்னரின் மாளிகைக்குச் சென்று, உள் பிரகாரம் சென்று ழான் அம்மையின் எதிரில் போய் நின்றார். ழான், பிரான்சுக்குக் கடிதம் எழுதிக்கொண்டிருந்தாள். பிள்ளை, சலாம் பண்ணிக்கொண்டு நின்றார்.

"வா... ரங்கப்பா." என்ற மூான், எப்படித் தொடங்குவது என்று யோசித்தாள்.

"அன்னபூரண ஐயன் என்கிற மேஸ்திரி இருக்கிறானே, அவனை உனக்குத் தெரியுமோ?" என்றாள் மூான். பிள்ளை சொன்னார்:

"தெரியுமே அம்மா... வாய் சாலக்கும், சுறுசுறுப்பும், துரிசும் உள்ள மனுசராச்சே."

"அப்படியா, அந்த ஐயன், பெரிய துபாசு உத்தியோகத்துக்குப் பிரியம் கொண்டிருக்கிறான். அதுக்கு குவர்னர் துரைக்கு ஐயாயிரம் வராகனும், எனக்கு இரண்டாயிரத்து ஐநூறு வராகனும் தருகிறதாகச் சொல்லுகிறான். நான் என்ன பண்ணட்டும். என்று நீயே சொல்" என்று பிள்ளையின் முகத்தைக் கூர்ந்து பார்த்தபடிக் கேட்டாள்.

பிள்ளை, நிதானமாகச் சொன்னார்:

"பேஷாகப் போடுங்களேன்! அன்னபூரண ஐயன் இன்றில்லா விட்டாலும், நாளை விவகாரங்களைக் கற்றுக் கொள்வார். அத்தோடு தங்களுக்கு அதனால் செல்வமும் சேர்கிறது. ஆகவே, தாங்கள் அதைச் செய்கிறதுக்கு என்ன?"

மூான் ஏமாற்றம் அடைந்தாள். ரங்கப்பிள்ளையிடம் இருந்து, வேறு விதமான பதிலையே எதிர்பார்த்தாள். ஆகவே, மேலும் அவரைத் தூண்டினாள்.

"ரங்கப்பா! இன்னுமொரு சேதி. லாசர் தானப்ப முதலியும் துபாஷ் பதவியை ஆசிக்கிறான். அவன் எங்களவன், தவிரவும், எனக்கு ஐம்பதாயிரம் ரூபாய் தருவதாகச் சொல்கிறான். இனி, நீ உன் கருத்தைச் சொல்."

பிள்ளை, மிக நிதானமாகச் சொன்னார்:

"அம்மணி சொன்னதை நானும் கேள்விப்பட்டேன். அவர், வர்த்தகர் சிலரிடம், பணம் வசூலித்தது எனக்குச் சேதி வந்தது. லாசர் துபாஷ் பதவியை நன்கு செய்ய முடியும்; செய்வார். அம்மை, அவரை நியமித்துக்கொள்ளலாம்" மூான் அம்மைக்கு ஏமாற்றமாகிப் போய் விட்டது.

"ரங்கப்பா... நீ ஏற்கெனவே, உத்தியோகத்திலே இருக்கிறாய். அனுபோகஸ்தனாக இருக்கிறாய். அதைத் தொட்டு, குவர்னர்

மனசை யாரும் கலைத்து விடுவதற்கு முன்பாக ஏதாவது உன்னால் ஆனதைக் கொடுத்து உத்தியோகத்தைத் தக்க வச்சுக்கோயேன்...”

பிள்ளை சிரித்தார்... அப்புறம் சொன்னார்:

“அம்மா, நான் தங்கள் பிள்ளை. என்னை எந்தக் குறையோடு வைச்சிருக்கிறீர்கள். எனக்கு துபாஷ் உத்தியோகத்தில் என்ன கவலை, எனக்கு அதைப் பற்றிக் கவலையில்லை. என்னைச் சகல மேம்பாட்டுடன் நடத்தி வருகிறீர்கள். சகல காரியங்களுக்கும் என் முகாந்தரமாகவே நடந்துகொண்டிருக்கிறது. அப்படியிருக்கையில் எனக்கு உத்தியோகம் பெரிசு இல்லை. தங்களுக்கு வருகிற பணத்தை என்னத்துக்கு இழக்க வேணும்? ஐயனையோ, லாசரையோ நியமித்துக் கொள்ளுங்கோள்” என்றார்.

பிள்ளையின் பேச்சு, மூான் அம்மைக்கு மிகுந்த ஏமாற்றத்தை தந்தது.

குவர்னர் துரைக்குச் சகாயம் செய்கிற கோன்சேல் கூடி ஏகமனதாக, ரங்கப் பிள்ளையே துபாஷாக இருந்து வர வேணும் என்று தீர்மானம் நிறைவேறின சேதி பரவியது. தாம் ஏமாற்றப்பட்டது ஐயனுக்கும், லாசருக்கும் தெரிந்தது. மதாம் மூான் அம்மையிடம் கொடுத்திருந்தப் பணத்தை வசூலிக்க அவர்கள் புறப்பட்டார்கள். அவர்களால், மூானைச் சந்திக்கவே முடியவில்லை.

குவர்னர் துரையவர்கள் பூசை காண்பதுக்கு, ஞாயிற்றுக்கிழமை காலை கோயிலுக்கு வந்திருந்தார். பூசை முடிந்து, புறப்படுகையில் லாசர் அவர் முன் வந்து சலாம் பண்ணிக்கொண்டு நின்றார். குவர்னர் கேட்டார்.

“லாசருக்கு என்னிடம் ஏதாவது சொல்லயிருக்கிறதா?”

“பிரபுவே, துபாஷ் வேலைக்கு, அன்னபூரண ஐயன் ஆட்சேபிக்கிறாராமே. அவன் மகள் அவிசாரி என்று துரைக்குத் தெரியுமோ! அவன் பெண்சாதியும் மோசக்காரிதான் பிரபுவே. இன்ன சாதி, ஈன சாதி என்று இல்லாமல் எல்லா மனுஷ்களுடனேயும், அந்தப் பெண்டுகள் சுற்றுகிறார்கள். எசமானே அத்துடன், என் அண்ணனுக்கும், ஐயன், சிறிது பணம் கொடுக்க வேண்டியிருக்கிறது பெருமானே” என்றான்.

துரை, சிரித்துக்கொண்டு, “ரொம்ப நல்லது. எனக்கு விளங்கிற்று” என்று சொல்லிவிட்டு நகர்ந்தார். சற்று நேரம்போன பிறகு, துரையுடன் வந்திருந்த மூான் சொன்னாள்.

"லாசர் சொல்லுகிறதைக் கவனித்தாயா துய்ப்ளெக்ஸ்? ஐயனைச் சரியாக லாசர் அறிமுகப் படுத்தியிருக்கிறான்."

துரை சொன்னார்:

"மூான்... லாசர், ஐயனையா அறிமுகப்படுத்தினான்? அவன் தன்னையல்லவோ அறிமுகப்படுத்திக்கொண்டான்."

குவர்னர் காலைத் தீனி தின்ற பின்னர், தன் பேட்டி அறைக்குத் திரும்பினார். அங்கு, எண் சாண் உடம்பும் ஒரு சாணுக்குள் அடக்கிக்கொண்டு நின்றிருந்தான் அன்னபூரண ஐயன். துரையைக் கண்டு சலாம் பண்ணிக்கொண்டான்.

"ஐயன்... என்ன சமாசாரம்?" என்று வினவினார், குவர்னர்.

"சுவாமி, ராசாங்கத்தில் துபாஷ் உத்தியோகம் சூன்யமாய் இருக்கிறதென்றும், அதுக்கு லாசர், தானப்ப முதலியார் பிரயத்தனம் பண்ணிக்கொண்டிருப்பதாக அறிகிறேன். லாசரைப் பற்றி எனக்குத் தெரிந்ததை, சன்னிதானத்துக்குத் தெரியச் சொல்ல வேணும்"

குவர்னருக்கு ஒரு நகைச்சுவை நாடகம் பார்க்கிற உணர்வு வந்திருக்கும் போலும். அவர் சிரித்தார். பிறகு உத்தாரம் இட்டார்.

"சொல்லு"

"பெருமானே! லாசர், ஒரு நோயாளி. தீராத நோயாளியாக அவர் இருக்கிறார். ரொம்ப நாள் அவர் வாழ்வது துர்லபம்."

"அப்படியா! அது உனக்கு என்னமாய்த் தெரியும்?"

"நான்தானே அவருக்கு வைத்தியம் பார்க்கிறேன்."

"அப்படியா, பேஷ்! அப்புறம்?"

"லாசர், கொஞ்சமும் பெருந்தன்மை இல்லாத லோபி என்பதை ஊரே அறியும். தன் சொந்த அண்ணனின் பெண்சாதியைத் தெருவில் விட்டவன் அவன் அல்லவோ? ஊர் பணத்தைக் கொள்ளை கொள்கிறதும், அநியாய வட்டிக்குப் பணம் கடன் கொடுக்கிறதும், ஜனங்களைக் கசக்கிப் பிழிகிறதும், இப்படியாக ஜனங்களின் அதிருப்தியைச் சம்பாதித்து இருக்கும் அந்த மனுஷ்யரா, பெரிய பதவியில் இருக்கத் தகுதி பெற்றவர் ஆவார்; ஊரே சொல்லும்"

குவர்னர், மிகுந்த களிகொண்டவர்போல், பெருஞ் சிரிப்பு சிரித்தார்.

"நல்லது நீங்கள் ஒருத்தரை ஒருத்தர் மிகப் பிரமாதமாக அறிமுகப்படுத்திக் கொண்டீர்கள். ரொம்ப நல்லது"

ரங்கப்பிள்ளை, தம் பாக்கு மண்டியில் அமர்ந்திருந்தார். மாலை நேரம் கட்டடங்களின் உச்சிக்கு, வெயில் மஞ்சள் அடித்துக்கொண்டிருந்தது. கும்பெனி சேவகன், வந்து ரங்கப் பிள்ளையிடம் சலாம் பண்ணிக்கொண்டு நின்றான். அப்புறம், 'குவர்னர் துரை ரங்கப் பிள்ளையைக் கையோடு அழைச்சுக்கொண்டு வரச் சொன்னதாகச் சொன்னான்' பிள்ளை, உத்தியோக உடுப்பாகிய அங்கியை அணிந்து, இடைவாளை இடுப்பில் செருகிக்கொண்டு குவர்னரைப் பார்க்கப் புறப்பட்டார்.

குவர்னரிடம் சென்று சலாம் பண்ணிக்கொண்டு நின்றார் பிள்ளை.

"வா, ரங்கப்பா" என்று வரவேற்றார். குவர்னர் கபே அருந்திக்கொண்டும், புகைத்துக்கொண்டும் இருந்தார். அவர் பின்னர், வாயில் புகை வழியச் சொன்னார்.

"ரங்கப்பா, இப்போது நீ பண்ணுகிற பெரிய துபாஷ் வேலைக்கு ரெண்டு பேர், ரொம்பவும் பிரயத்தனம் பண்ணுகிறார்கள். முதலில் அன்னபூரண ஐயன். கும்பெனி மேஸ்திரி. அவனைப் பற்றி உனது அபிப்பிராயத்தைச் சொல்லு"

தன் போட்டியாளர்களை ஆனந்தரங்கர் வெறுத்தார். அதை வெளிப்படையாகக் காட்டிக்கொள்ளக்கூடாது. எதிரிகளையும் மன்னிக்கிறவன் ரங்கப்பன் என்று குவர்னர் நினைக்க வேண்டும் என்று முடிவுக்கு வந்தார்.

"பிரபுவே, என்னையும் பொருட்டாய்க்கொண்டு, என் அபிப்பிராயத்தைக் கேட்டீரே. ஆகையினால் சொல்கிறேன். அன்னபூரண ஐயன், கும்பெனி ஊழியத்தில் வெகுநாளாக இருக்கிறார். நாளது தேதி வரைக்கும் அவர் மேலே யாதொரு பிராதும் இல்லை பிரபுவே. நாணயமான மனுஷன். அவரைத் தாங்கள் அந்த உத்தியோகத்துக்கு யோசிக்கிறதில் பழுது வராது."

குவர்னர் பிள்ளையின் முகத்தை நோக்கினார். அது மிகவும் தெளிவாக இருந்தது. சற்று நேரம் யோசித்த பின், குவர்னர் சொன்னார்:

"இன்னும் ஒரு சேதி, ரங்கப்பா! லாசர் தானப்ப முதலி, தனக்கு துபாஷ் உத்தியோகம் வேணுமென்று கேட்கிறான். அவனைப் பற்றி உனக்கும் நன்றாகத் தெரியுமே. தெரிந்ததைச் சொல். அவன் யோக்கியதை எப்படி?"

பிரபஞ்சன் | 91

"பிரபுவே! லாசரை, நான் நன்றாகவே அறிவேன். அவருடைய சகோதரர் கனகராய முதலியார் ஜீவிய வந்தராக இருந்த காலம் தொட்டே, அவரை நான் அறிவேன். பெரிய குடும்பஸ்தர். ஜவேஜி உள்ளவர். பெரிய மனுஷ்யர். பிரபுக்கள் சகவாசம் கொண்டவர். அந்த உத்தியோகத்துக்கு ஒரு பூஷணமாக அவர் இருப்பார் பிரபுவே! தகுதியான நபர்."

குவர்னர், பிள்ளையை நுணுக்கமாகப் பார்த்தார்.

"ரங்கப்பா, இப்போ, நீதான் துபாஷ் உத்தியோகத்தில் இருக்கிறாய். அது போனால் நீ என்ன பண்ணுவாய்?"

"சுவாமி! உத்தியோகம் போனால் என்ன? என் தந்தையைப் போலவும், சுவாமியைப்போலவும் இருக்கிற தங்கள் பட்சம் போய் விடுமோ? அது போகாதே! இப்போ என்னை என்ன தாட்சியாய் வைத்திருக்கிறீர்கள்? என் கௌரதைக்கு என்ன குறைச்சல்? என் கௌரதை, உத்தியோகத்தை அடிப்படையாய்க் கொண்டதா, இல்லையே? அது தொட்டு, தங்கள் பட்சமும், அன்புமே எனக்கு முக்கியமே தவிர, உத்தியோகம், ஒரு பொருட்டு அல்ல. ஐயனே" என்றார் பிள்ளை.

துய்ப்ளெக்ஸ் துரை பிள்ளையிடம் சொன்னார்.

"ரங்கப்பா என் முடிவை நான் உனக்குச் சொல்லுகிறேன். நான் குவர்னராக இருக்கிற வரைக்கும், நீயே எனக்குத் துபாஷாக இருப்பாய்"

"எல்லாம் தங்கள் அன்பு" என்றார் பிள்ளை.

1993

மாப்பிள்ளை பொம்மை

ஆனந்தரங்கப் பிள்ளையின் மூத்த மகள் சிரஞ் சீவி பாப்பாளுக்கும், வெங்கப் பிள்ளையின் மகனும், முந்தியப் பிள்ளையின் வளர்ப்பு மகனும் ஆன,

சிரஞ்சீவி லட்சுமணப் பிள்ளைக்கும் கலியாணம் நிச்சயமாயிற்று.

இந்தக் கலியாணம், இவ்வளவு சுருக்கமாக முடிந்து போகும் என்று ரங்கப் பிள்ளையே எதிர்பார்க்க வில்லைதான். பிள்ளையின் பெண்சாதியாக இருக்கப் பட்ட மங்கைத் தாயாரம்மாள், ஒருநாள் இது விஷயமாகச் சேதியை அவர் காதில் போட்டார். பிள்ளை, மதியம் சாப்பாட்டை முடித்துக்கொண்டு ஊஞ்சலிலே அமர்ந்துகொண்டு, வெற்றிலைத் தின்றுகொண்டிருந்தார். அப்போது, அவர் அண்டையிலே குடிநீர் லோட்டாவைக் கொண்டு வந்து வைத்து, தூண் ஓரம் நின்ற மங்கை அம்மாளைப் பார்த்து பிள்ளை, "ஏதானும் சங்கதி இருக்கிறதா?" என்றார். அதற்கு அந்த அம்மாள் இருந்துகொண்டு, "நம் பாப்பாள் விஷயம்தான்" என்றாள்.

"பாப்பாள் விஷயமா...! அது என்ன?" என்றவரிடம் அம்மாள், "அவளுக்கும் வயசு பதினாலாச்சுதே. ஒரு கல்யாணம், காட்சி பண்ணி வைக்க வேண்டாமா?" என்றாள்.

பிள்ளை, பெரிய நகைச்சுவையைக் கேட்டது போலச் சிரித்தார்.

"பாப்பாளுக்குக் கல்யாணமா? அவள் குழந்தை ஆச்சுதே... குழந்தைக்குக் கல்யாணம் பண்ணச் சொல்கிறாயே..." என்று பிள்ளை

சொல்லிக் கொண்டிருக்கும்போதே, இடப்புறக் கதவைத் திறந்துகொண்டு, பாப்பாள் வெளிப்பட்டாள். "அப்பா" என்றபடி, பிள்ளையின் மடியில் வந்து அமர்ந்துகொண்டாள். குழந்தையை அணைத்துக்கொண்ட பிள்ளை கேட்டார்.

"என்ன குழந்தை உடம்பு இப்படிச் சுடுகிறதே. ஜுரம் அடிக்கிறாற்போல் இருக்கிறதே"

"இருமுறை வாந்தி பண்ணினாள். பித்தம் இருக்கிறதால், மேனி சுடுகிறது. அத்தை, சுக்கு மிளகு திப்பிலிக் கஷாயம் வைத்துக் கொடுத்தார். இப்போது காய்ச்சல் மட்டுப் பட்டிருக்கிறது"

"குழந்தையைச் சாக்கிரதையாகக் கவனித்துக் கொள் மங்கை. நம் குவர்னருக்கு வைத்தியம் பார்க்கிற வெள்ளைக்கார வைத்தியனை வரச் சொல்கிறேன்" என்றவர், பாப்பாளைப் பார்த்து "பாப்பாள், அம்மாள் உனக்குக் கலியாணம் பண்ண வேண்டும் என்று சொல்லுகிறதே, உனக்குக் கலியாணம் பண்ணிக்கொள்ள இஷ்டம்தானா?" என்றார்.

"கலியாணம் பண்ணுகிறது என்றால் என்னப்பா?" என்றாள் பாப்பாள். பிள்ளை, வெற்றிலைச் சாரம் தெறிக்கப் பெரிதாகச் சிரித்தார். அப்புறமாகச் சொன்னார்:

"கலியாணம் பண்ணுகிறது என்றால், நீ பெரிய மனுஷி மாதிரி பட்டுச் சேலை உடுத்திக்கொண்டு, மனையிலே உட்கார்ந்துகொண்டு புருஷனிடத்தில் தாலி கட்டிக் கொள்கிறது"

அதுக்குப் பாப்பாள் சொன்னாள்

"எனக்கு மாப்பிள்ளை, பெண், செட்டியார், வெள்ளைச் சிப்பாய் பொம்மைகள் எல்லாம் வேணும்பா. நான், வருகிற நவராத்திரிக்குக் கொலு வைக்கப் போகிறேனே"

"பொம்மைதானே. இப்போதே கொசப்பாளையத்துக்குச் சொல்லியனுப்பி, நாலு வண்டி பொம்மைகள் கொண்டு வந்து போடச் சொல்லுகிறேன். ஆனால் உனக்குத்தான் மனுஷ பொம்மையே வாங்கிக் கொடுக்கச் சொல்லுகிறதே, உன் அம்மா"

"மனுஷ பொம்மை என்றால், என்ன அப்பா?"

"சொல்கிறேன் கேள். மனுஷ பொம்மை என்றால், மாப்பிள்ளை பொம்மை. அது பேசும், பாடும், அழும், சிரிக்கும், ஆடும், ஓடும், நீ தோப்புக்கரணம் போடச் சொன்னால் போட்டுக்கொண்டே இருக்கும். வாழ்நாள் விளையாட்டுப் பொம்மை"

"எனக்கு மாப்பிள்ளை பொம்மை வாங்கிக் கொடுங்கள் அப்பா"

"பேஷாய். உனக்கு என்ன மாதிரி பொம்மை வேணும். குள்ளமான பொம்மையா, நெட்டையா? ஒல்லியா, பருத்தா? என்ன மாதிரி சொல்?"

அதுக்கு, பாப்பாள் யோசித்து விட்டுச் சொன்னாள்:

"உங்களை மாதிரி, மீசை வச்சுக்கிட்டு காதுல வளையமும் நெத்தியில் நாமமும் போட்டிருக்கிற பொம்மை வாங்கிக் கொடுங்கள் அப்பா."

"என்னை மாதிரி பொம்மையா? ஆகா, அதுக்கென்ன? நான்கூட உன் அம்மாவண்டை பொம்மையாகத்தானே இருக்கிறேன். உன் அம்மாள்தானே என்னை ஆட்டிப் படைக்கிற சூத்ரதாரி?"

அதற்கு மங்கையம்மாள் சொன்னாள்:

"நல்லாயிருக்கிறது, அவ்விடத்துக் கதை. தாங்கள் எனக்கு பொம்மையாக்கும்? தாங்கள் அல்லவோ இந்த ஊரையே ஆட்டுவிக்கிற எசமான்?"

அதற்குள், பிள்ளையின் தம்பி மகன் அப்பாவு வந்து சேர்ந்தான். "பாப்பாள்! இதோ உன் தம்பி அப்பாவு வந்துவிட்டான். அவனுடன் சேர்ந்து விளையாடப் போ" என்கவும், பாப்பாள் தம்பியுடன் வீட்டுப் பின்கட்டுக்கு விளையாடப் போனாள். மங்கை, பிள்ளையிடம் சொன்னாள்:

"பாப்பாள் நமக்கு என்றைக்கும் குழந்தை. ஆனால், பாப்பாளுக்கும் இரண்டு வயசு குறைஞ்ச நம் மாமா பெண்ணுக்குக் கலியாணம் ஆகிவிட்டது அல்லவா? வீட்டுக்கு வருகிறவர்கள், போகிறவர்கள் எல்லோரும், இன்னும் பெண்ணை என்னத்துக்கு வைத்திருக்கிறீர்கள் என்கிறார்கள்."

"பெரியம்மாள் என்ன சொல்கிறார்?" என்று கேட்டார் பிள்ளை. பிள்ளையின் தாயுடன் பிறந்த மூத்த சகோதரி அவர். அந்த அம்மாள், பிள்ளையின் போஷிப்பில்தான் இருந்தார். அந்த அம்மாள் வார்த்தையை, தன் பெற்ற தாய் வார்த்தையாகவே பிள்ளை கொள்வது வழக்கம்.

"பெரியம்மாளும், பெண்ணுக்குக் கல்யாணம் பண்ணுவதே சிலாக்கியம் என்கிறார்.

"அப்படியானால் சரி, ஜோசியரை வரச் சொல்கிறேன்" என்றார் பிள்ளை.

அடுத்த வாரத்திலேயே, மாமன் முத்தியப் பிள்ளையிடம் கும்பெனி விவகாரமாகப் பேசிக்கொண்டிருக்கையில், பிள்ளை பாப்பாள் விஷயத்தைப் பிரஸ்தாபித்தார். அதுக்கு முத்தியப் பிள்ளை சொன்னது.

"ரங்கா, சுபம் சுபம் என்ன ஆச்சர்யம் இது. நானே, என் வளர்ப்பு மகன் லட்சுமணனுக்குப் பாப்பாளைக் கேழ்க்கிறதாக இருந்தேன். நீயே சொல்லிவிட்டாயே. இது தெய்வ சங்கல்பம் அன்னியில் வேறு ஒன்றும் இல்லை."

அந்த நிமிஷமே, லட்சுமணப் பிள்ளை– பாப்பாள் கல்யாணம் நிச்சயமாயிற்று.

குவர்னரைப் பார்க்கச் சென்ற இடத்தில், குவர்னரும், மதாம் குவர்னரும் இருந்துகொண்டு, ரங்கப் பிள்ளையை வெகு ஆனந்தமுடனே வரவேற்றார்கள்.

"ரங்கப்பா, ஊர் எல்லாம் உன் பேச்சாகவே இருக்கிறதே. நீ கல்யாணம் நடத்துகிற சம்பிரமத்தை என்னிடத்திலே வருகிறவர்கள் அத்தனைப் பேரும் புகழ்கிறார்களே! யானை மேல் ஏறிக்கொண்டு சவாரி பண்ணிக்கொண்டு, உறவு, பந்து ஜனங்களைக் கல்யாணத்துக்கு அழைச்சாயாமே"

அதுக்கு ரங்கப்பிள்ளை இருந்துகொண்டு, வெகு பணிவாகச் சொன்னார்.

"எல்லாம் எனக்குத் தாங்கள் தந்த சிறப்பு, அன்னியில் எனக்கென்று என்று பெருமை இருக்கிறது, ஐயனே?"

ரங்கப் பிள்ளையின் இந்த பதிலால் வெகு சந்தோஷம் உற்றார் குவர்னர்.

"ஆமாம் ரங்கப்பா, பத்து நாள் கல்யாணம் பண்ணுகிறாயாமே. தினே தினே ஆயிரம் பேருக்குக் குறையாமல் பந்திக்கு உட்கார்கிறார்களாமே. கல்யாணத்துக்கு எப்படியும் பத்தாயிரம் பேராவது வருகை தருவார்களாமே. அரிசி கிடைக்கிறது வெகு கஷ்டமாக இருக்கிற காலத்திலே, இப்படி நீ செய்கிறது கரிசலுக்கு இடம் தருமே?" என்று உண்மையான கரிசனத்தோடு கேட்டார் குவர்னர்.

“ஐயா, அது என் குற்றம் இல்லை. உம்முடைய விஷயம் சென்னப் பட்டணத்தைச் செயித்தீர். ஆற்காட்டு நவாப்பு மாபூசுக்கானையும் செயித்துத் துரத்தினீர். உம்முடைய கீர்த்தி இந்த ராஜ்யத்தில் எல்லாம் பரவி, அது இந்த சனங்களை இழுத்து வந்திருக்கிறதே. நான் என்ன பண்ணட்டும்.? இந்த சனங்கள், என்னைத் தொட்டும், மற்ற பேரைத் தொட்டும் வந்த சனங்கள் அல்லர். சென்னப் பட்டணம் முதலாக, நாகப்பட்டணம் மட்டுக்கும் பெரிய பெரிய மனிதர் வீட்டிலே கல்யாணம் ஆயிற்று. இப்போ, என் வீட்டுக் கல்யாணத்துக்கு வந்தவர்கள், பல பெரிய மனுஷர்கள் அந்தக் கல்யாணத்திலே வந்தார்களா? இவர்களை இழுத்து வந்தது உமது மகிமை அல்லவா?”

குவர்னர் அப்புறம் கேட்டார்.

“ரங்கப்பா, உன் வீட்டுக் கலியாணத்துக்கு வருகிற பெரிய மனுஷர்களை, என்னண்டை அழைச்சு வந்து, என் பேட்டி பண்ணுவித்து அனுப்பி வை”

“நல்லது, அவ்வாறே செய்கிறேன், ஐயா” என்று ஒப்புக்கொண்டார் பிள்ளை. பிறகு, மதாம் குவர்னர் கேட்டார்:

“ஆமாம் ரங்கப்பா! உன் கலியாண விருந்தைப் பற்றி ஜனங்கள் பிரமாதமாகப் பேசுகிறார்களே. அப்படிக்கு என்ன விருந்து பண்ணுவிக்கிறாய்?”

“அம்மா, அது மிகவும் சொற்பமான விஷயமாச்சுதே. மா, பலா, வாழை என்று பழவகைகள் மூன்று, சாத வகை ஆறு, வறுவல் நாலு, பொரியல் நாலு, அவியல் நாலு, கூட்டு நாலு, குழம்பு நாலு வகை, நாலு வகை ரசம், ஊறுகாய் நாலு, அப்பளம் ஆனையடி நாலு, மோர், தயிர் பாயசம் இரண்டு, வடை இரண்டு வகை அவ்வளவுதான் அம்மா”

“அடே அப்பா... ஆண்டவரே! இது பார்ப்பதற்கா, தின்பதற்கா? இவ்வளவு நீளமானதாக இருக்கிறதே ரங்கப்பா! உன் வீட்டுக்கு வந்து வாழை இலை போட்டுக்கொண்டு சாப்பிட வேணும் என்று ஆசையாக இருக்கிறது. நான் எப்போது, என் மதாமோடு உன் வீட்டுக்கு வரட்டும்.?”

“குவர்னர் பெருமானே! என் வீடு, தங்கள் வீடு அல்லவோ! என் குடிசைக்கு தாங்கள் எப்போது வேண்டுமானாலும் எழுந்தருளலாம். என்னை மகிமைப் படுத்தலாம். அதுதானே என் கோரிக்கையும்கூட?”

பந்தலைத் தெருவடைத்துப் போட்டிருந்தார். பிள்ளையின் பின் கட்டு வீடு இருக்கும் வெள்ளாளத் தெருவையும் சேர்த்துப் பந்தல் போடப்பட்டிருந்தது. நாலு ஆசாரிகள், இரவும் பகலுமாகப் பட்டறையைப் போட்டுக்கொண்டு பொன் நகை செய்துகொண்டிருந்தார்கள். வீட்டுக்கு முன்பிருந்த, கோயிலை ஒட்டின வெற்றிடத்தில், கொட்டகை போட்டு ஐம்பது பிராமணர்கள் சமைக்க, வேலைகளை முறை மாற்றி செய்துகொண்டிருந்தார்கள். வந்தவர் அனைவர்க்கும் தலைவாழை விரித்து விருந்து பரிமாறப்பட்டது. செரிக்காதவர்க்கு இஞ்சி சொரசம் வடித்துத் தரப்பட்டது.

குவர்னர் துரையும், துரைசாணியும் கல்யாணத்துக்கு வருகை புரிந்தார்கள். முதலில் முன் பந்தலில் அவர்கள் அமர்ந்தபோது, பதினெட்டு முறை பீரங்கிகள் முழங்கின. அப்புறம் அவர்கள் மணமக்கள் முன் வந்து நின்றார்கள். தங்க சரிகை இழைத்த பட்டிலும், ஆயிரம் பொன் நகைகளில் புதைந்து கிடந்த மணமகள் பாப்பாவை வெகு ஆச்சர்யமுடன் பார்த்தாள், குவர்னரின் பெண்சாதி. குவர்னருக்குப் பத்தாயிரம் ரூபாயும், குவர்னர் பெண்சாதிக்கு ஐயாயிரம் ரூபாயும், தனி உறைக்குள் வைத்துக் கொடுத்தார் பிள்ளை. துரை தம்பதிகள், அதற்கப்புறம் தித்திப்பு மேசைக்கு முன் அமர்ந்தார்கள். அவர்களுக்கு முன் தஞ்சாவூர் தாட் இலை விரிக்கப்பட்டு, பரிமாறப்பட்டது. பண்டங்களும், பட்சணங்களும் பரிமாறப் பரிமாற, துரையின் கண்கள் நெற்றிக்கு மேலே வந்து விட்டன.

"ரங்கப்பா, இத்தனை வகைகளை மனுஷர் எப்படிச் சாப்பிடுகிறது?" என்று வியந்தார் துரை. பிள்ளை அவர் அருகிலேயே நின்றுகொண்டு, ஒவ்வொன்றின் பெயரையும், அது எதனால் ஆனது என்பதைப் பிரெஞ்ச் எழுத்தில் சொல்லிக்கொண்டிருந்தார். ஒவ்வொன்றையும் விரலால் தொட்டுச் சுவைத்து வியந்தார் துரை. கருணைக்கிழங்கு காரக்குழம்பைப் பாயசம் என்று நினைத்து, துரை அதைக் குடிக்க முயற்சி பண்ணினார். சபையில் பெரும் சிரிப்பு எழுந்தது. மணப்பெண் பாப்பாள்கூட அதைப் பார்த்துச் சிரித்தாள்.

விருந்து முடிந்து எழுந்த துரை, பிள்ளையிடம் சொன்னார்:

"ரங்கப்பா அடுத்த ஞாயிற்றுக்கிழமை நாம் ஓய்வாக இருப்போம். அன்றைக்கு மத்தியானம் நம் மாளிகையில், மாப்பிள்ளைப் பெண்ணுக்கு விருந்து. அவர்களை அழைப்பிச்சுக்கொண்டு வந்துவிடு."

"உத்தரவு பெருமானே. எனக்கு மிகப் பெரும் கௌரவத்தைச் செய்தீர்கள். தங்கள் வருகையால் என் குடிசை அந்தஸ்து பெற்றுவிட்டது" என்றார் பிள்ளை. குவர்னர் புறப்படுகிறச்சே, கோட்டையிலே பதினெட்டு பீரங்கி சுட்டார்கள்.

சாயங்காலம், மணவறையில் பாப்பாவுக்கு நலங்கு வைத்துக் கொண்டிருந்தார்கள். அப்போது திடீரென்று பாப்பாள் மயங்கி விழுந்தாள். பாக்கு மண்டியில் இருந்த ரங்கப்பிள்ளைக்குத் தகவல் போயிற்று. பிள்ளை, தன் கணக்கரை வைத்தியர் வீட்டுக்கும், வெள்ளைக்கார வைத்தியருக்கும் சொல்லச் சொல்லிவிட்டு, வீடு திரும்பினார் பிள்ளை. பாப்பாவை, கட்டிலில் படுக்க வைத்திருந்தார்கள். சுற்றி பந்து ஜனங்கள் கவலையோடு சூழ்ந்திருந்தார்கள். பிள்ளை மகளைப் பார்த்தார். பிறகு, வீட்டுக்கு வெளியே வந்து வைத்தியரின் வருகையை, எதிர்பார்த்துக்கொண்டு நின்றார். வந்த வைத்தியர், பாப்பாவின் நாடியைப் பிடித்து பரிட்சை செய்துவிட்டு, பிள்ளையைத் தனியாக அழைச்சுக்கொண்டு வந்து சொன்னார்.

"பிள்ளைவாள்... நாடி பலகீனமாகப் பேசுகிறது. ஏற்கெனவே குழந்தைக்கு இரத்த சோகை. நான் பஸ்பமும் குளிகையும் தர்றேன். ரெண்டு வேளை கொடுங்கள். ஒன்றும் கவலைப்படாதேயும்" என்றார்.

பிள்ளை சொன்னார்:

"கவலை என்ன வைத்தியரே! பகவானை அல்லவா நான் நம்பிக்கொண்டிருக்கிறது. எல்லாவற்றையும் அவன் மேல் போட்டு அல்லவோ, அம்பதினாயிரம் செலவு பண்ணி நான் கல்யாணத்தை நடப்பித்தது? வைத்தியரே, வரும் ஞாயிற்றுக்கிழமைக்குள் பாப்பாள் எழுந்து அமர்ந்து விடுவாள் அல்லவா?"

"பேஷாக நாளை மாலைக்குள் பாப்பாள் சுகப்பட்டு விடுவாள்."

"சந்தோஷம்" என்றார் பிள்ளை.

வியாழக்கிழமை மாலை, பாப்பாள், சுகமாக எழுந்து அமர்ந்து, பால் சோறு உண்டாள்.

பிள்ளை, பாப்பாளிடம் சொன்னார்:

"குழந்தை எங்களை ரொம்பவும் பயம் காட்டி விட்டாயே"

பாப்பாள் சிரித்தாள்.

"அப்பா... நான் கேட்டதை நீங்கள் இன்னும் வாங்கித் தரவில்லை."

“என்ன கேட்டாய்?”

“பொம்மை, மாப்பிள்ளை பொம்மை.”

“பொம்மைதானே...” பிள்ளை தன் அருகில் இருந்த தம்பி திருவேங்கடத்திடம் சொன்னார்:

“திருவேங்கடம் சீக்கிரம் ஓடு, கொசப்பாளயைம் போய், பத்து சோடிப் பொம்மை, நாளைக்கே வேணும். நான் கேட்டதாகச் சொல்.”

“இதோ போகிறேன் அண்ணா” என்றபடி திருவேங்கடம் ஓடினார்.

வெள்ளிக்கிழமை மதியம், பாப்பாளுக்கு மீண்டும் மயக்கம் வந்தது. மாலை ஆக ஆக நிலமை கஷ்டமாயிற்று. இரவு ஒன்பதரை மணிக்கு பாப்பாள் உயிர் பிரிந்தது.

சற்று நேரத்துக்கு எல்லாம் கொசப்பாளையத்திலிருந்து வண்டியில், பத்து மாப்பிள்ளை பெண் பொம்மைகள் வந்து இறங்கின.

1993

அணிலாடு முன்றில்

அப்போது நான் கே. ஆர். யூனிட்டில் இருந்தேன். அங்கே பணியாற்றிக்கொண்டிருந்தேன் என்பது சற்று கௌரவமான சொல்லாக இருக்கக்கூடும். என்ன பணி என்பதையும் நான் சொல்லியாக வேண்டும். எங்கள் இயக்குநர் சாப்பிடும்போது, நானும் உடன் சேர்ந்து சாப்பிட வேண்டும். அதாவது "கம்பெனி" கொடுக்க வேண்டும். அதேபோல, இரவு மது அருந்தியபடி, இந்த நிழல் உலகத்தில் அவர் பெற்ற தழும்புகளை மனம் கசிந்து சொல்லும்போது, ஆதரவுடனும் ஒரு வகை அனுதாபத்துடனும் கேட்க வேண்டும். சீன் "டிஸ்கஸ்" பண்ணும்போது உடன் இருந்து நிறைய சொந்தக் கற்பனையாகத்தான் இருக்க வேண்டும் என்கிற கட்டாயம் இல்லை. படித்தவை, பார்த்தவற்றையும் சொல்லலாம். மேதைகள் ஒரு மாதிரிதான் சிந்திக்கிறார்கள் என்பது பொய்யா, என்ன?

நாங்கள் அப்போது ஒரு சினிமாவைத் தயாரித்துக் கொண்டிருந்தோம். எங்கள் இயக்குநர், ராம்சங்கர் மிகவும் யதார்த்தமான கலைஞர் என்று பெயர் வாங்கியவர். அதோடு தயாரிப்பாளர்களின் செல்லப்பிள்ளை. அதாவது மிகவும் சிக்கனமாக, போட்ட பட்ஜெட்டுக்குள் சினிமா செய்வதால் அந்தப் பெயர். இளைஞர்களின் நாடித் துடிப்பை பிடித்துப் பார்த்தவர் என்றும் அவருக்குக் கியாதி இருந்தது.

அன்று, வானம் மப்பும் மந்தாரமுமாக இருந்தது. மழை வரும்போல இருந்தது. அவ்வப்போது தூறலும் இருந்தது. காலை முதல்கொண்டு எங்கள் படத்துக்குச்

சிறந்த பெயர் சூட்டச் சிந்தனையிலிருந்தோம். காபி குடித்தபடியும், சிகரெட் பிடித்தபடியும், மதியம் பீர் அருந்திய படியும், உண்ட படியும் யோசித்த படியும் இருந்தோம். மாலைக்குள் பெயரைச் சொல்ல வேண்டிய கட்டாயம் இருந்தது. இரவே, விளம்பரம் தயாராக வேண்டும். வெள்ளிக்கிழமை தந்தியில் முழுப்பக்க விளம்பரம் வந்தாக வேண்டும்.

“அது ஒரு மழைக்காலம்” என்றேன் நான்.

ராம்சங்கர் படங்களில் அடிக்கடி மழை வரும். கதாநாயகிகள் மழையில் சிக்கிக் கொள்வார்கள். காதலர்கள் மழையில் நனைந்த படிக் காதலிப்பார்கள். ஹீரோவுக்கும் வில்லனுக்கும் ஆக்ரோஷமான சண்டையும் மழையிலேயே நடக்கும். கிளைமாக்ஸ் கட்டாயமாக மழையில்தான் படமாகும். இந்தப் படத்தில்கூட ஏழு எட்டு இடங்களில் மழை பெய்தபடி இருந்தது. கதாநாயகி, கல்லூரி விட்டுத் திரும்பும்போது எதிர்பாராதபடிக்கு மழை பிடித்துக்கொண்டது. அன்று பார்த்து அவள் குடையும்கொண்டு வரவில்லை. மழை வலுத்ததால், பஸ்ஸும் வரவில்லை. ஆட்டோவுக்குச் சில்லறையும்கொண்டு வர மறந்துவிட்டாள். எல்லாவற்றுக்கும் மேலே, அன்று பார்த்து மிகமிக மெல்லிய புடவையைக் கட்டிக்கொண்டு வருவாளோ? வந்தாளே! தெப்பமாக நனைந்து போனாள். சில வேளைகளில் கேமராவை நோக்கிக் குதித்தபடி, ததும்பியபடி ஓடி வரவும் செய்தாள். அந்தச் சமயம் பார்த்து பெரிய மீசையும் வழுக்கைத் தலையும் பட்டை பனியனும் நெற்றியில் அறுவாள் தழும்பும்கொண்ட நான்கு பேர், அவளின் கற்பைச் சூறையாட வந்து சேர்ந்தார்கள். ஐயோ, அந்தக் காமாந்தகாரர்கள் அவளின் துணியை உருவுகிறார்கள். அவளது மானத்தைக் காக்கும் கடைசித் துணிஉருவப்படும்போது ஆல விழுதைப் பற்றிக்கொண்டு தாவித் தாவி வந்த ஹீரோ, காமாந்தகனின் முகத்தில் குத்து விட்டு, ஹீரோயினின் மானத்தைக் காப்பாற்றி விடுகிறார்.

ஹீரோயின் வந்தனா!

இதுபோல, அசட்டுத்தனமாக மழையில் நனைவதற்கென்றே, வீட்டை விட்டு வெளியே வரும்போதெல்லாம் ஹீரோ குடை கொடுத்து அவளை ரட்சிக்கிறார். குடை என்பது ஒருவகைக் குறியீடு. வாழ்க்கைச் சங்கடங்கள் என்கிற மழை வரும்போதெல்லாம் குடை கொடுத்து அதாவது ஆதரவு அளித்துக் காப்பவன் ஹீரோ. டைரக்டர் இது போன்ற குறியீடுகளுக்குப் பெயர் போனவர்.

பெண்கள் "கற்பழிக்கப்படும்"போது பாலும் பூனையும் நிச்சயம். ஆக, நிறைய மழை வருகிற காரணத்தால் "அது ஒரு மழைக்காலம்" என்று பெயரைச் சொன்னேன்.

டைரக்டர் சற்றே சிரித்தார். ஜன்னல் வழி வெளியே மழையைப் பார்த்தார். இப்போது பெய்துகொண்டிருந்தது.

"உங்கள் தலைப்பு அழகாகத்தான் இருக்கிறது. ஆனா, மக்களுக்குப் புரியாது" என்றார் டைரக்டர்.

"கரெக்ட்" என்று ஒப்புக்கொண்டார் தயாரிப்பாளர். "அது– ஒரு– மழைக்காலம்" என்ற தமிழ்ச் சொற்கள் தமிழர்களுக்குப் புரியாது என்று தமிழ்ப்படத் தயாரிப்பாளர் சொல்லும்போது, எங்கள் குழுவைச் சேர்ந்த தமிழர் எவரும் மறுத்துரைக்கவில்லை.

ஜன்னல் வழியாக மழையை வேடிக்கை பார்த்துக்கொண்டு நின்ற டைரக்டருக்கு மழையே, ஒரு தலைப்பைக் கொடுத்திருக்க வேண்டும் என்று நினைக்கிறேன்.

"மழையில் நனையும் மங்கை"

எங்கள் குழுவில் ஆரவாரம் எழுந்தது.

"பிரமாதம்" என்று சொன்ன தயாரிப்பாளர், "கதையையே தலைப்பில் சொல்லிவிட்டீர்களே" என்றார். தொடர்ந்து "மங்கை" என்ற வார்த்தை தமிழர்களுக்குப் புரியுமா என்று கேட்டார். பாறை மாதிரியான கேள்வி அது. ஒதுக்கிவிட முடியாது.

"மாது?"

"இன்னும் புரியாது."

"இளம் பெண்"

"ஊகும்"

"பருவக் குமரி?"

"ஏ" சர்டிபிகேட் கொடுத்துருவான்யா"

"அழகி?"

"விபசாரத்தில் கைதாகும் பெண்களுக்கு அந்தப் பேர் போய்விட்டது"

மீண்டும் ஜன்னல் ஓரம் போய் நின்றார் இயக்குநர். மழையுடன் அவர் சம்பாஷிக்கிறார் போலும். தயாரிப்பாளர், சிகரெட்டைப் பற்ற வைத்துக்கொண்டார்.

"மழை – ஓ. கே நனையும் – டபுள் ஓ. கே. அதுக்குப் பிறகு, ஒரு வார்த்தை. அதுதான் முக்கியம்" என்று தனக்குத்தானே சொன்னார்.

இணை இயக்குநர் தலையை உயர்த்தினார்.

“சொல்லுயா”

“மழையில் நனையும் சுந்தரி”

“சபாஷ்” என்று தயாரிப்பாளர், தயக்கத்துடன் இயக்குநரைப் பார்த்தார். அது அதிகப்படிப் பரவசம் என்று உடனே அவருக்கு விளங்கிவிட்டது. இயக்குநர் முகம் முதலில் சற்றே இருண்டு, பிறகு இயல்புக்குத் திரும்பி, “பரவாயில்லை... வெறும் சுந்தரின்னு சொல்லாமல், கூட ஒரு வார்த்தை சேர்த்தால், நன்றாக இருக்கும்” என்பது இயக்குநரின் கருத்தாக இருந்தது.

மலையாளம் மற்றும் ஆங்கிலப் படங்களுக்குப் புதிய சுண்டியிழுக்கும் பெயர் வைப்பது அச்சமயம் பிரபலமாகியிருந்தது. ‘மழு’ என்ற நல்ல மலையாளப் படத்துக்குத் தமிழ்ப் போஸ்டர், ‘மாமனாரின் இன்ப வெறி’ என்று மொழியாக்கம் செய்திருந்தது. ஆச்சர்யம் என்னவென்றால், ‘மழு’ சுத்தமான தமிழ்ச் சொல். சிவனுக்கு மழுவேந்தி என்றும் ஒரு பெயர் உண்டு. தமிழர்களுக்கு மழு மறந்து போயிருந்தது. ‘நைட் இன் பாரீஸ்’ என்னும் ஆங்கிலப் படத்துக்குத் தமிழ்ச் சுவரொட்டி ‘சொர்க்கத்தில் சூடான சுந்தரிகள்’ என்று மொழியாக்கம் செய்திருந்தது. இவை எல்லாம் தமிழர்களின் அன்பைப் பெற்றிருந்தன. இணை இயக்குநரின் “சுந்தரிகூட” அங்கிருந்து வந்தவளா இருக்க வேண்டும்.

இயக்குநர், வெளிச்சம் மிகுந்த முகத்துடன் எங்களைப் பார்த்து, “மழையில் நனையும் மத்தாப்பு சுந்தரிகள்” என்றார்

அறையைக் குலுக்கும் படியாகப் பெரும் சப்தம் எழுந்தது. ஆனந்தச் சப்தம்.

“அற்புதம்” என்ற தயாரிப்பாளர், “கவிதை சார், கவிதை” என்று முடித்தார்.

“சூப்பர் டூப்பர் தலைப்பு” என்றார்கள் ஏனையோர்.

எங்கள் படத்துக்கு ஹீரோயின் (ஹீரோயினி) என்பது, படம் தொடங்குவதற்கு முன்பே முடிவான சமாசாரம். கதை எழுதப்படுவதற்கு முன்னரே முடிவான சமாசாரம். உண்மையில் வந்தனா வந்ததால் மழை வந்ததா அல்லது மழை வந்ததால் வந்தனா வர நேர்ந்ததா என்பது ஆராய்ச்சிக்குரிய விஷயம் அல்ல. மாறாக, வந்தனாவும், மழையும் பிரிக்க முடியாதவர்கள். ஆனால் வந்தனா, ரிஷ்ய சிருங்கர் அல்லள், மழையைக்கொண்டு

வர வரம் பெற்றவள் அல்லள். கோதாவரிக் கரையில், ஒரு சின்ன கிராமத்தில் பிறந்தவள் அவள். அவள் கிராமத்தை ஒட்டியோடும் கோதாவரிக் கரையில் முதலைகள் வெயிலில் காய்ந்து திரியும், சின்ன வயசில் அவற்றை வேடிக்கை பார்த்துக்கொண்டு நிற்பாள். பாலத்தின் மேலே புதிய புதிய கார்கள் வரும், போகும். அந்தக் கிராமத்திலிருந்துதான் புகழ் பெற்ற சாவித்திரி முதலான நட்சத்திரங்கள் சென்னைப் பட்டணத்துக்குக் குடியேறினார்கள். அந்தக் கார்களின் பின்னாலேயே ஓடி இருக்கிறாள் அவள். ஒருநாள், அவளே அந்தப் பாலத்தின் மேலே காரில் போக வேண்டி வரும் என்று அவள் எதிர்பார்த்து இருக்க மாட்டாள். அம்மா, அவளை அழைத்துக்கொண்டு பட்டணத்துக்குக் குடியேறினாள். முதலில் அவள் ஒரு தெலுங்குப் படத்தில் நடித்தாள். "அவள் நன்றாக வரக்கூடியவள், நன்றாக நடிக்கிறாள்" என்று பத்திரிகைகள் எழுதின. படம் ஓடவில்லை. அடுத்த படத்துக்கு இடைவெளி ஏற்பட்டது. தமிழ்ப் படத்தில் நடிக்கவும் செய்தாள். அவள் திறமை, அவள் ஒரு காட்சியில் வந்தாலும் அதில் வெளிப்பட்டது, என்றாலும் பணம் வர மறுத்தது. அவளைப் பற்றி புகார்கள் நிறைய வந்தன. அனுசரித்துப் போக மறுக்கிறாள் என்பதே அந்தப் புகார். இந்த அனுசரித்துப் போதல் என்கிற சொல் அர்த்தமற்றது அல்ல. அர்த்தம், அதிகம்கொண்டது. ஒன்றும் இல்லாத சூனியம் பற்றித்தான் எத்தனை ஆயிரம் பக்கங்கள். அதுமாதிரித்தான் இதுவும். இதன் நடுவே, ஒரு கேமராமேனைக் கையாலோ அல்லது பாதணியாலோ அடித்து விட்டதாகப் பத்திரிகைகளில் செய்திகள் வந்தன. என்ன காரணம் என்று பத்திரிகைகள் சொல்லவில்லை. அப்புறம் அஞ்ஞாத வாசம். திடுமென மலையாளச் சினிமா போஸ்டர்களில் படுத்தபடி காணப்பட்டாள். அல்லது குளித்தபடி காணப்பட்டாள். தமிழ் நாட்டுக்காரர்கள் வந்தனாவை அழைத்து வந்து தமிழில் குளிக்கப் பண்ணினார்கள். அந்த முதல் டைரக்டர் மழையில் நனைய வைக்க, தொடர்ந்து வந்த டைரக்டர்கள் எல்லோரும் முன்னோர் மரபைப் பொன்னேபோல் மதித்துத் தாமும் குளிக்க வைத்தார்கள். மழையைக் காணாத, வாழ்விழந்த உழவர் பிரச்சினை பற்றிய படத்தில்கூட வந்தனா நிறையக் குளித்தாள். அவளுக்கு மட்டும் தனியாக எங்கிருந்து மழை பெய்கிறது என்று யாரும் கேட்டுவிடக்கூடாது என்பதற்காக, அதைக் கனவு சீனாக மாற்றினார், அந்தப் புத்திசாலி டைரக்டர். அதோடு சினிமாத் தொழிற்சாலையின், "ராசி" என்ற அம்சம் ஓர் உடும்பு. வந்தனா, நனைந்தபடி பாட்டுப்பாடிக்கொண்டு குளித்தால்,

படம் சூப்பராக ஓடும் என்ற அபிப்ராயம் சினிமா உலகத்தில் பரவியது. வந்தனாவே ஒரு பேட்டியில், "நான் காலையில் வீட்டில் குளிப்பதில்லை" என்று பேட்டி கொடுத்தாள். "ஏன்" என்று நிருபர் கேட்ட கேள்விக்கு, "அதான் ஷூட்டிங்கில் குளிக்கப் போகிறேனே" என்று பதில் அளித்தாள். டைரக்டர்களுக்கே கதை சொல்லி, அவள் இடத்தைக் குறிப்பிடும் சிரமம் நீங்கியது. "அம்மா, மழை... நீங்கள், சம்பளம்" என்று மூன்று வார்த்தைகளில் புரிய வைக்கும் சுலபம் வந்தது. அவளுக்குக் 'கனவுக்கன்னி' என்று பட்டம் கொடுக்கப்பட்டது. பத்திரிகைகளுக்குப் பகுதி நேரத் தொழிலாக நடிகைகளுக்குப் பெயர் சூட்டும் பணி ஏற்பட்டு விட்டது. நடிகர் திலகம், நடிகையர் திலகம், கன்னடத்துப் பைங்கிளி, கைபடாத ரோஜா, கவர்ச்சிப் புயல், என்ற பட்டங்களைத் தயாராக வைத்துக்கொண்டு, எவர் மேலாவது ஒட்டிக்கொண்டிருக்க வேண்டிய கட்டாயம் அவர்களுக்கு ஏனோ ஏற்பட்டு விட்டது. வந்தனாவுக்கும் 'கனவுக்கன்னி', 'மழைமோகினி', 'செக்ஸ் க்வீன்', 'சொப்பன சுந்தரி' போன்ற பட்டங்கள் தரப்பட்டன. எந்தப் பட்டமும் இல்லாமல், பெயரை மாத்திரம் சொல்வது அவமரியாதை என்பது போன்ற எண்ணம் எல்லோர்க்குமே இருந்தது. அது சம்பந்தப்பட்டவர்க்குமே இருந்தது.

இப்போதெல்லாம் தமிழ்நாட்டு இளைஞர்களின் கனவுகளில் வந்தனாதான் வந்து போய்க்கொண்டிருப்பதாகச் சொன்னார்கள். அனேகமாக ஒவ்வொரு படத்தில் ஒரு மழைக்காட்சி அல்லது குளியலறை "ஷவர் காட்சி" தவறாமல் இடம் பெற்றது. ஒரு நாளைக்கு மூன்று முறை வந்தனா குளிக்க வேண்டி வந்ததாகச் செய்தி பரவியது. தமிழ், மலையாளம், தெலுங்குப் பத்திரிகைகளின் அட்டைப்படமாக அவளே அலங்கரித்தாள். புரசு கேள்வி பதிலில், சிறந்தது எது... வந்தனாவின் இடையா, அல்லது வீணாவின் இடையா?" என்ற கேள்விக்கு, புரசு படத்துடன் பதில் சொல்லும் கட்டாயம் எழுந்தது. வந்தனாவுடையதே சிறந்தது என்பது புரசுவின் கருத்து.

மேற்படி, வந்தனாவைத் தமிழ் மக்கள் கனவு கண்டாலும், காணாவிட்டாலும், மழையில் நனைந்தாலும், நனையாவிட்டாலும் குளித்தாலும் குளிக்காவிட்டாலும் எனக்கு ஆவது ஒன்றும் இல்லை. அது வந்தனாவின் பிரச்சினை.

எனக்கு வந்த பிரச்சினை வேறு மாதிரியானது. ராமனாது என்று எனக்கு ஒரு நண்பர். கெடாமல், நான் பட்டணம் வந்து சேர்ந்தபோது முதலில் அடைக்கலம் கொடுத்த நண்பர். இலக்கியம், கலை, கதை என்று எதுவும் அவர் அறியார். என் நண்பர்க்கு அவர் நண்பர் என்ற ஒரே காரணத்தால் எனக்கு அறை ஏற்பாடு செய்து, அட்வான்சும் கடனாகத் தந்து, நான் நிலைபெற உதவியவர். பட வேலை இல்லாத காலங்களில், உதவிக்கென்று நான் அவரிடம் போவேன். இல்லை என்று ஒருபோதும் சொல்லாதவர். நகைகளை அடகு வைத்துக்கூட அவர் எனக்கு உதவி இருக்கிறார். அது அவர் மனைவியின் நகைகள். அதனாலேயே, அந்த அம்மாள் என்னிடம் சரிவர முகம் கொடுப்பதில்லை. நியாயம்தான். அவர் காபி கொடு என்று சொன்ன பிறகு காபியா, டீயா வேறுவகை பானமா என்று விளங்கிக்கொள்ள முடியாதபடி ஒன்றை எனக்கு அருள்வார். அதுவும் தப்பில்லை. நான் பெயக்கண்டும் நஞ்சுண்டு அமைவேன். எல்லாம் இயற்கையின் விதிக்குட்பட்டவை. அந்த ராமனாது என்னைத் தேடி வந்தார்.

வேலை முடித்துத் திரும்பி இருந்தேன். குளித்தேன். அடுத்த நாள் படப்பிடிப்புக்காக ஐந்து சீன் எழுத வேண்டியிருந்தது. வந்தனா, ஒரு கோடை மழையில் நனைந்தபடி, பாடி ஆட வேண்டிய சீன். அதற்குள் வசனங்கள் வேறு இடம் பெற வேண்டும். இடி இடிக்க, மின்னல் வெட்ட, ஆனந்தம் மேலிட அவள் ஆடுகிறாள். மயில் ஆடுகிறது. மயில்– வந்தனா, வந்தனா– மயில் மாறி மாறி ஆட வேண்டும். ஊடே, கதாநாயகியான ஹீரோயின் தோன்றி, “என் காதலனை எனக்கு விட்டுக் கொடு” என்று தன் மாங்கல்யத்தைக் கையில் வைத்துக்கொண்டு மன்றாடுகிற வசனங்களையும் நான் எழுத வேண்டும்.

ஹீரோயின் தன் மாங்கல்யத்தைக் கையில் எடுக்கும்போது, ராமனாது, வந்து சேர்ந்தார். அண்மைக் காலமாகத் தொழில் சீர்ப்பட்டு சௌகர்யமாக இருக்கிறார் என்று கேள்விப்பட்டிருந்தது துலாம்பரமாக நேரில் தெரிந்தது. கழுத்தில் விரல் மொத்தத்தில் செயின், மஞ்சள்பாம்பு சுற்றிய பிணாகபாணி. வலது கையில் தங்க செயின், அநேகமாகக் கட்டை விரல் தவிர ஏனைய விரல்களில் மோதிரம் போட்டிருந்தார். மகிழ்ச்சியாக இருந்தது.

“படம் போய்க்கொண்டிருக்கிறதா” என்று கேட்டார். சொன்னேன். மறுநாள், மழை சீன் எடுக்கப்படப் போவதைச் சொன்னேன். வந்தனாவுக்கும் இயக்குநர் ‘சா’ என்பவருக்கும் ஒரு ‘இது’ ஏற்பட்டு, அதன் காரணமாகக் கல்யாணம் வரைக்கும் போய்விட்டதாகச் செய்தி வந்திருப்பதன் உண்மை தன்மை பற்றிக் கேட்டார். எனக்கு அது பற்றித் தெரிந்திருக்கவில்லை. எனக்கு, நான் இந்தக் களத்தில் இருக்கிற காரணத்தாலேயே, பல தகவல்கள் வந்து சேரும். அவை பெரும்பாலும் உண்மையாகவும் இருக்கும். ஆனால் பத்திரிகைகளில் வெளிவரும் சங்கதிகள் பெரும்பாலும் யூகங்கள், சொன்னேன். வந்தனா, ராஜமுந்திரியிலேயே தன் 13ஆம் வயதில் கல்யாணம் செய்துகொண்டு கணவனை வேண்டாம் என்று சொல்லிவிட்டுச் சென்னை வந்ததாகவும், ஒரு பத்திரிகையில் இச்செய்தி வந்துள்ளதாகவும் சொன்னார். கேட்டுக்கொண்டேன். தங்கள் செய்தியின் உண்மைத் தன்மையை நிரூபிக்க ரங்கராவோடு மணவறையில் அமர்ந்திருக்கும் வந்தனாவின் படத்தையும் போட்டிருந்ததாகச் சொன்னார். கேட்டுக்கொண்டேன். இப்போது வந்தனாவோடு மானேஜராக இருக்கும் ராஜா, ரங்க ராவ்தான் என்று ஒரு கிசுகிசு படித்ததாகவும் சொன்னார். எனக்கு என்னுடைய கதாநாயகி, இன்னும் மாங்கல்யத்தைச் சரி செய்து பிடித்துக்கொண்டே நின்றாள். வந்தது முதல் ராமனாது வந்தனா பற்றியேப் பேசிக்கொண்டிருப்பதன் மர்மம் என்ன? அவரே சொன்னார்.

“தப்பா நினைக்கலைன்னா, ஒரு உதவி செய்யனும்”

“என்ன?”

எனக்கு ஆச்சர்யம். ராமனாது போன்றவர்க்கு உதவும் நிலையில் நான் இருக்கிறேனா, என்ன? அவர் கேட்டால் என்னால்கூடியதை நான் செய்தே தீர வேண்டும். நன்றி என்ற ஒன்று உலகத்தில் இருக்கிறது, அல்லவா?

பெரிசா ஒன்றும் இல்லை. வந்தனாவை எனக்கு சும்மா அறிமுகப்படுத்தி வைக்க வேணும். அவ்வளவுதான்”

ஒரு குண்டூசியைச் சொருகி எடுத்தது மாதிரி இருந்தது. அறிமுகத்தில் என்ன இருக்கிறது என்றால், இருக்கிறது. நிறைய இருக்கிறது. அந்தப் பெண், இதை எப்படி எடுத்துக் கொள்வாள். அவரைப் பற்றி என்ன நினைப்பாள்? என்னைப் பற்றித்தான் என்ன நினைப்பாள்? அறிமுகப்படுத்தல் எங்கு போகும்...

ஆனால் நான் சொன்னேன்.

"சரி நாளைக் காலையில், கே. ஆர். அவுசுக்கு வந்து விடுங்கள். மாம்பலம் ராமகிருஷ்ணா தெருவில்"

"தெரியும். "பருவ சுகம் இதிலே இதிலே" பட ஷூட்டிங் நடந்த இடம்தானே?

அவருக்கு எல்லாமும் தெரிந்திருந்தது.

வந்தார். பதினொரு மணி இருக்கும், மழை இன்னும் தயாராகி இருக்கவில்லை. நாங்கள் தயாராக இருந்தோம். மாங்கல்யமும் மேக்கப்புடன் கதாநாயகியும் தயாராக இருந்தனர். டைரக்டர் 'சீனை'ப் படித்து ஒரு திருத்தம் சொன்னார்.

மாங்கல்யம்டி... மாங்கல்யம் (இந்த இரண்டாவது மாங்கல்யம் சற்று அழுத்தமாகப் பேசப்பட வேண்டும்) மாங்கல்யம் அணிகிறவள்தான் மங்கையர்க்கரசி. மற்றவள் எல்லாம்...? எல்லாம் என்ற சொல்லுக்குப் பிறகு, எதுகை நயமான ஒரு வார்த்தை சேர்க்கப்பட வேண்டும். அதை என் பொறுப்பில் விட்டிருந்தார். இயக்குநர். மங்கையர்க்கரசிக்கு எதுகை என்ன? கடவுளே!

சரியாக அந்நேரம் பிரவேசித்தார், ராமனாது. மஞ்சள் வண்ணத்தில் பட்டு, அதே வண்ணத்தில் சரிகை பளபளக்கும் பட்டு வேஷ்டி, கழுத்தில் உருட்டையாக, கனமாக செயின், கட்டை விரல்கள் தவிர, மற்ற விரல்களில் மோதிரம், அழுக்குப்படாத செருப்பு, கண்களில் கறுப்புக் கண்ணாடி. யாரையோ, எதையோ நினைவூட்டிக்கொண்டே இருந்தது அவர் தோற்றம். அரைக்கால் அங்குலம் பவுடரும், திருநீறு குங்குமமும் வேறு.

"யாரது..." என்று காதில் கிசுகிசுத்தார் இயக்குநர்.

"நண்பர். முக்கியமான புள்ளி" என்று சொல்லி வைத்தேன்.

முக்கியமான புள்ளி என்ற சொற்களில் சினிமாவுக்குள் பல அர்த்தங்கள் இருக்கின்றன. ஹீரோ ஹீரோயின், தயாரிப்பாளர், ஃபைனான்சியர் என்ற பல முகங்களில் ஒன்று நெருங்கிய முகமாக அவர் இருந்துவிடக் கூடும். ஆகவே ராமனாதுக்கு இயக்குநர் ஒரு வணக்கம் வைத்தார். இயக்குநரின் முட்டி இடிக்காதபடி அடக்கமான இடத்தில் ராமனாதை அமர வைத்தேன். என் முன்னால், இரண்டு பிரச்சினைகள். ஒன்று, மங்கையர்க்கரசிக்கு எதுகை இரண்டாவது ராமனாதுவை வந்தனாவுக்கு எப்படி

அறிமுகப்படுத்துவது என்பது. என்னத்துக்கு இவர் என்னை அறிமுகம் செய்து கொள்ள வேணும் என்று வந்தனா கேட்கலாம். என்ன நோக்கம் என்கலாம். இந்த வேலை அல்லது தொழில் எத்தனை நாளாய் என்கலாம். என்ன செய்யலாம் என்று குழம்பிக்கொண்டிருந்தேன்.

மங்கையர்க்கரசி, கங்கையர்க்கரசி, தங்கையர்க்கு... பங்கயர்க்கு... பங்கயர்க்கு என்று ஒரு சொல் இருக்கிறதா என்ன? இருக்கிறது. பங்கயம் என்றால் தாமரை. பங்கயக் கை நலம் பார்த்தல்லவோ பாரில் அறங்கள் நடக்குதம்மா என்கிறார் தேசிய விநாயகம் பிள்ளை. ஆனால், அது மக்களுக்குப் புரியாது. திடுமென, மங்கையர்க்கரசியை மாற்றி மாதரசி என்று வைத்துக்கொள்ளலாம்தானே? இதை, இயக்குநரிடம் சொல்லி அனுமதி பெற வேண்டும்.

நான் இயக்குநரை நெருங்கி நின்றேன். அவர் முகம், தெளிவாக இருந்தது. வந்தனா, புறப்பட்டு விட்டாளாம். சொன்னார். இன்னொரு ஹீரோயின், – மனைவியாக வந்து மாங்கல்யப் பிச்சை கேட்பவர் – முன்னமேயே வந்து மேக்கப்பை முடித்துக்கொண்டு பிச்சையெடுக்கத் தயாராகி இருந்தார். ஆர்ட் டைரக்டரையும் புரொடக்ஷன் மானேஜரையும் அழைத்து, மழை நிலவரம் பற்றிக் கேட்டார். ஆர்ட் டைரக்டர் ஒரு நியாயமான ஐயம் ஒன்றைக் கேட்டார்.

“அம்மா, மழையில் நனைகிறார் கதைப்படிக்கு. அம்மாவுக்கோ ஜலதோஷம். லேசான வெந்நீர் வேணும். அது ஏற்பாடு பண்ணி விடலாம். ஆனால் சுடு தண்ணீர் என்றால் ஆவி பறக்குமே. மழையில் ஆவி எப்படி வரும் என்று ஜனங்கள் கேட்க மாட்டார்களா” என்பது அவரது கேள்வியாக இருந்தது.

ஜனங்கள் என்கிற வார்த்தை மிகவும் அசாதாரண வலிமை வாய்ந்தது. மிகவும் பொருட்படுத்தப்படும் சொல், சில சமயங்களில் மிகவும் மிகவும் அலட்சியப்படுத்தப்படும் சொல், பல வேளைகளில் எங்கள் இயக்குநர், நாக்கு நுனிகளில் பதில் வைத்திருந்தார்.

“இது கனவு சீன் என்று சொல்லிவிட்டாற் போச்சு. கனவில் புகை வரும். வராது என்கிற பிரச்சினையே எழாதே”

ஆர்ட் டைரக்டர் பரம திருப்தி அடைந்து விட்டார் என்பது அவர் முகத்தில் தெரிந்தது. ஒரு இனிய புரிதல் நிகழ்ந்தது. ரம்யமாக இருந்தது சூழ்நிலை. நான் தலையிட்டேன்.

"சார் மங்கையர்க்கரசிக்குப் பதிலாக மாதரசின்னு மாத்திக்கலாமா?"

டைரக்டர் என் தடத்துக்கு வந்து சேரப் பல கணங்கள் பிடித்தன.

"ஏதோ ஒரு இழவு ஆனா, மாங்கல்ய வசனம், லதா பேசறது ரொம்ப முக்கியம். ஒரு பக்கம்கூட, தாலியோட சிறப்பை அவ பேசலாம். தப்பு இல்லை"

"புரியுது"

"சார், தாலியில், காசுகள், விஷ்ணுபடை இருக்கலாமோ இல்லையோ?" என்றார் கலை இயக்குநர்.

"இருக்கட்டுமே. யதார்த்தமா இருக்கும்"

எல்லாமே இனிமையாக நிகழ்ந்து வரும் வேளை வந்தனா வந்து சேர்ந்தாள். இயக்குநர் உள்ளிட்ட படப்பிடிப்புக் குழுவை வணங்கி மகிழ்ந்தாள். நேராக என்னிடம் வந்தாள். அன்றைய நாளில், கதைச் சூழல், பேச வேண்டிய வசனம், தொடர்ச்சி இருந்தால், முந்தின காட்சியின் புடவை அல்லது ஆடை முதலானவை சொல்ல வேண்டியவன் நான்.

தனியாக இரண்டு நாற்காலிகள் போடப்பட்டன.

"இன்றைய சீன்" நான் பேப்பரைப் புரட்டினேன்.

"நான் மழையில் நனையறேன். மேல சொல்லுங்க..."

"நனைஞ்சுக்கிட்டு இருக்கிறப்போ, லதா வர்றாங்க, என் தாலியைப் பறிக்காதே. என் மாங்கல்யத்தைத் திருப்பிக் கொடுன்னு உங்கக்கிட்ட கெஞ்சணும்"

வந்தனா சிரித்தாள். எனக்கும் சிரிப்பு தொற்றியது.

"ஜனங்க எப்படி சார் சிரிக்காமே இருக்காங்க?"

"தெரியலை, சிரிச்சு இருந்தா. இந்த 'சீன்' இந்தப் படத்துல இருக்காதே"

"ஓ. கே, நனையனும். சரி, கடைசியில என்ன ஆவுது? நான் மாங்கல்யப் பிச்சை கொடுக்கிறேனா..."

"கொடுக்கிறீங்க."

"ஓ... தியாக தீபம்?"

"ஆமா... அதேதான்."

"சிம்பாலிக் ஷாட்டுக்கு மெழுகுவர்த்தி எல்லாம் ரெடியா?"
"ரெடி"

வந்தனா சிரித்தாள். சங்கடமாக இருந்தது. அதைச் சொல்ல வேண்டும்போல இருந்தது. சொன்னேன்.

“தெரியும் சார்... சீக்கிரம் டைரக்டர் ஆவுங்க. எனக்கு நல்ல கேரக்டர் கொடுங்க... ம்... ஒரு சினிமா பார்த்தேன். கல்கத்தாவுக்கு போயிருந்தப்போ... ஒரு பெண், ஆபீசை விட்டு ஆறு ஆறரை மணிக்கு வீடு திரும்ப வேண்டியவள் திரும்பலை. எட்டும் ஆகும். மத்தியதர –கீழ் மத்திய தரக் குடும்பம். – என்ன விதமான அதிர்ச்சிக்கு ஆளாகிறதுன்னு படம்”

“பார்த்திருக்கேன் நல்ல படம்”

“அது படம். எங்க எங்கயோ பயணம் பண்ணற படம். இல்லையா?”

காத்துக்கொண்டிருக்கிற லேசான சுடுநீர் நினைவுக்கு வந்தது. சரியாக இந்த நேரம் என் முன் வந்து நின்றார் ராமனாது. சில கணங்கள் அவரை அவதானிக்க முடியவில்லை. அப்புறம் நினைவு வந்தது.

“இவர் என் நண்பர், எனக்குப் பெரிய உதவி பண்றவர். உங்க ரசிகர். உங்களோடு பேசணும்கிறார். அறிமுகம் பண்ணி வைக்கச் சொன்னார்.

“வணக்கம்” என்று ராமனாதைப் பார்த்துக் கை குவித்தாள் வந்தனா.

அதீதப் புன்னகையுடன் ராமனாது, “வணக்கம், நமஸ்காரம்” என்றார்.

“மேக்கப் போட்டுக்கப் போகணும் சார். சாயங்காலம் வேலை இல்லை. வீட்டுக்கு வாங்களேன். “ஃபிரியா” பேசலாம். வீடு தெரியுமோ, அண்ணாமலைபுரம்...”

“தெரியும்... முன்னாலே, ஜெயஶ்ரீ குடியிருந்த வீடு. அப்புறம் டைரக்டர் சோமையா, வளசரவாக்கத்துல வீடு கட்டிக்கிட்டு போறதுக்கு முன்னால அங்கதான் இருந்தார். இல்லீங்களா?”

“அதேதான்”

வந்தனா முகத்தில் தோன்றிய ஆச்சர்யக் குறிப்பு பற்றிய “பாவத்தை” புறக்கணிக்க முடியவில்லை.

படப்பிடிப்பு ஒத்தி வைக்கப்பட்டது. லதா திடுமென காணாமல் போனதாக ஒருநாள் செய்தி வந்தது. மறுநாள், அவள் காதலனுடன் ஓடிப் போனாள் என்று லதாவின் அம்மா பத்திரிகைக்குச் செய்தி கொடுத்தாள். மறுநாள் தன்

சொத்துக்களைத் தம்பியும் அம்மாவும் மோசம் செய்தார்கள் என்று லதாவின் பேட்டி வெளியாகியிருந்தது. காதலன் மேல், லதாவின் அம்மா கடத்தல் பிராது சொன்னாள். நான் குழந்தை இல்லை, என்றும் தனக்கு இருபதுக்கு மேல் வயசாச்சு என்றும், நான் கடத்தப்படவில்லை என்றும், தான் திருமணம் செய்துகொண்ட திருமதி என்றும் பேட்டியால் அம்மாவை அடித்தாள். அப்புறம் சிம்லாவுக்குத் தேனிலவுக்குப் போயிருப்பதாகச் செய்திகள் வந்தன. நன்றாக இருக்கட்டும் சந்தோஷமாக இருக்கட்டும் லதா. படப்பிடிப்பு ஒரு மாதம் தள்ளிப் போயிற்று.

ஒருநாள், வேறு படத்தின் படப்பிடிப்பு முடிந்து வீடு திரும்பி அழுக்கைக் கழுவி, படுக்கையில் சாய்ந்தபடி படித்துக்கொண்டிருந்தேன். கதவோரம் அரவம் பார்த்தால் ராமனாது. சுருக்கென்றது. என்னாச்சு, ராமனாது, வந்தனாவைச் சந்தித்தாரா? என்ன நடந்தது? படப்பிடிப்பு ஒத்தி வைக்கப்பட்டு, வந்தனாவைச் சந்திக்க முடியாதிருந்த இடைக்காலத்தில் என்ன நடந்தது. மனசுக்குள் நத்தையாகச் சுருண்டு கிடந்தது நகர்ந்தது. அசைந்தது, மறக்க வேண்டும் என்று ஏற்பட்டிருந்த அச்சம், சங்கடம், உடைந்துகொண்டு மேலே எழுந்தது.

“வந்தனாவைப் பார்த்தீங்களா?”

“ஆகா என்றார். கண்ணை மூடியபடி. அந்த நிலையிலேயே சில கணங்கள் இருந்தார். வழக்கம்போலவா அல்லது விபரீதமா என்பதில் மனம் குழம்பியது. “அசாதாரணமான பெண்மணி அவர்” என்றார், நினைவுகளில் வந்தனாவைப் படரவிட்டபடி கண்களில், விடைத்த மூக்கின் நுனியில் வந்தனா தெரிந்தாள்.

“புரியும்படிச் சொல்லுங்கள். போனீர்கள். என்ன பேசினீர்கள்? அந்த அம்மாள் என்ன பேசினாள்” என்பது கோரிக்கையாக இருந்தது.

“ம்... ம்... பார்த்தேன். சாயங்காலம் இருட்டின பிறகு. நேரம் என்ன இருக்கும், ஆறு ஆறரை இருக்குமா? இருக்கும். இப்போதெல்லாம் சீக்கிரம் இருட்டிவிடுகிறதே. போனேன். வாசலில் சின்னதாய், சின்னதாய் அகல் விளக்கு. கார்த்திகை மாதம்கூட இல்லையே. ஆனா, திரி போட்டு அகல் விளக்குகள். வாசலில் கூர்க்கா இல்லை. மணி அடித்தவுடன், ஓர் இளம்பெண் வந்து யார் என்றாள். பணியாளராக இருப்பாள் போலும். போய் உடனே திரும்பி வந்தாள்.

“மேலே போங்கள். அம்மா வரச் சொன்னாங்க.” படியேறி, இடப்பக்கம் திரும்பினால், “மொட்டை மாடியில் அம்மா இருக்காங்க” என்றாள். போனேன் படியேறும்போது, மனம் முழுக்கப் பரபரத்தது. எதனால், தெரியவில்லை. படியேறி மாடியில் இடப்பக்கம் திரும்பும்போது, எதேச்சையாக ஒரு பாவை விளக்கு தகதக என்று பித்தளை, பளபள என்று தேய்த்து மினுக்கியது. இடுப்புயரப் பாவை விளக்கு. ஒற்றைச் சடை, பிருஷ்டத்தைத் தாண்டி நீண்டு சவுக்கென தொங்குகிறது. அவள் கையிலிருந்த விளக்கு நின்று நிதானமாக எரிந்துகொண்டிருந்தது. இடப்பக்கம் திரும்பினேன். என் காலடியிலிருந்து நீண்டு விரிந்து ஓடியது. மொட்டை மாடிக் கைப்பிடிச் சுவரின் ஓரங்களில் நான்கு புறமும் செடிகள். தெளிவாகப் பார்க்க முடியவில்லை என்ன செடிகள் என்று. என் பார்வையில் இருட்டில் அமர்ந்திருந்தாள் வந்தனா. மேகத்தால், மேகத்திலேயே வரைந்ததுபோலத் தெளிவற்ற தோற்றம் கண்ணைச் சுருக்கி அவளைப் பார்க்க நேர்ந்தது.

“வாங்க, ராமனாது சார்” என்று அவள் அழைத்துத் தனக்கு முன் உள்ள நாற்காலியைக் காட்டினாள். சௌகர்யமான பிரம்பு நாற்காலி. லேசாகக் குளிர் வியாபித்திருந்தது.

“நீங்க வைத்தி சார் சினேகிதரா?”

“ஆமாங்க. அவர் இந்த ஊருக்கு வந்ததிலேந்து சினேகம்”

“எனக்கு அவர் மேல மரியாதை இருக்கு... ம்”

அவள் சாய்ந்து உட்கார்ந்து வானத்தைப் பார்த்தாள். நிலவு இல்லை. நட்சத்திரங்கள் நிறைய பரவிக் கிடந்தன. கணங்கள், ரோடு ரோலர் மாதிரி கனமாக நகர்ந்தது.

திடுமென என்னைப் பார்த்து, “எதுக்காக என்னைப் பார்க்கணும்னு நினைச்சீங்க, சார்... ம்...?” என்றாள். வைத்தி சார் சொல்றதுக்கு என்ன? நான் வெலவெத்துப் போயிட்டேன். பேசத் தோணலை என்ன பேசறது? என்னன்னு பேசறது? நான் வரிசையை விட்டு விலகிக் காற்றில் பறக்கும் அவள் கூந்தலைப் பார்த்துக்கொண்டிருந்தேன்.

“பார்க்கிறதுக்கு என்ன இருக்கு. இன்னும் என்கிட்ட, ராமனாது சார், எல்லாத்தையும் மழையில கரைச்சுக்கிட்டு இருக்கேனே. அப்புறமும் என்ன?

ம்... ஆனா உலகத்துக்குத் தெரியாதது இன்னும் இருக்கு. தெரியுமா? மூணு வயசுல நான் பாட ஆரம்பிச்சேன்னு அம்மா

சொல்வாங்க. அம்மா, அருமையான பாடகி. ஞானஸ்தி, புருஷன் அபசுரம். அந்த மனுஷியோட வித்தை உக்ரம் தாங்க முடியாம, ஓடிட்டான். சபாவுக்கு வேற மாதிரிப் பெண்கள் தேவைப்பட்டது. அம்மா மாதிரி ஸ்திரிகளுக்கு... போகட்டும். தேங்கா மூடிக் கச்சேரிதான். அம்மா காலைலே சாமி படத்துக்கு முன்னால தம்பூரை வச்சுக்கிட்டுப் பாடும், கேட்கணும், நான் கேட்டேன். ஊற்று மாதிரிக் கேட்போரைக் கிளர்த்துகிற பாட்டு. கேட்டுக் கேட்டே நான் பாடினேன். அந்த மூணு வயசுல, அம்மா பாடத் தொடங்கினதும் கீர்த்தனம் முதல் அடியைச் சொல்லுவேன். ராகம் சொல்லுவேன். நானும் பாடினேன். சரோஜா தேவி, சாவித்திரி, பத்மினி, அஞ்சலி தேவி, ஜமுனா மாதிரி ஆடுவேன். எனக்கு நாட்டியமும் சொல்லி வச்சாங்க. அம்மா கிருஷ்ண சாஸ்திரிதான் என்குரு. கேள்விப் பட்டிருப்பீங்களே, நாளைக்கு எட்டு மணி நேரம் ஆடணும். அசுர சாதகம் எனக்கு வேண்டி இருந்துச்சு. அப்பா, அந்த மிருதங்கக்காரன் எல்லோரையும் நினைச்சு ஆடினேன். ஆடலைன்னா, நான் செத்துப் போயிருப்பேன். எல்லாரும் கிளம்பி வண்டியேறி மதராசுக்குப் போங்கன்னாங்க ஒரு ரெட்டிக்காருதான் பணம் கொடுத்தார். சும்மா தரலை. அப்போ எனக்குப் பதிமூணு வயசு. மதராசுக்கு வந்தோம். மகூதி தெருவில குடியேறினோம். நிறைய ஆட்கள் வருவார்கள். ம்... சான்ஸ் வரலை. ஒரு தெலுங்கு. சில மலையாளப்படம். அப்புறம் தமிழ்... அப்புறம் மழை... குளியல்... உலகத்துக்குத் தெரியுமே."

அவள் நிறுத்தினாள். அந்தப் பெண் தேநீர்கொண்டு வந்தாள். சுக்கு போட்ட பானம், நன்றாக இருந்தது.

"வேற ஏதாவது கொறிக்க, சாப்பிட வேணுமா? நான் மத்தியான சாப்பாட்டுக்கும் ராத்திரி இட்லிக்கும் இடையே எதுவும் சாப்பிடறது இல்லை. நீங்க சாப்பிடலாம் என்ன வேணும்?"

"டீ போதும்"

"டீ கொடுக்கறதுக்கு முன்னமே ஏதாவது கொடுத்திருக்கணும். மறந்துட்டேன் சாரி..."

"பரவாயில்லீங்க."

உதிர்க் காற்று. அவள் கூந்தலைச் சரி செய்துகொண்டாள். மீண்டும், புறப்பட்டுத் தோன்றும் பாதி நிலவைப் பார்த்தாள்.

“எங்க வீட்டுக்கு முன்னால, என் சின்னவயசுல, முயல்கள் மேயறதைப் பார்த்திருக்கேன். அல்லம ராஜபுரம்தான் எங்க கிராமம். கோதாவரி ஆற்றுக்குப் பக்கம் சமயங்கள்ள மழைக் காலங்கள்ள நதி சப்தம் போடும். எங்க வீட்டுக்கு முன்னால நுணா மரம் ஒண்ணு இருந்தது. அணில்கள்... அப்பப்பா... நூறுக்கு மேல இருக்கும். அணில் கத்தறதைக் கேட்டிருக்கீங்களா, ராமனாது சார்... இந்தச் சின்ன உடம்பிலேந்தா இத்தனைச் சத்தம் வரும்னு தோணும். அத்தனைச் சத்தப் பேச்சு. அம்மா வீட்டுக்குள்ள பாடுவாங்க. இல்லேன்னா, சம்பாதிக்க வெளியே போயிருப்பாங்க. பள்ளிக்கூடம்னா எனக்குத் தெரியாது. பிரப்பம்பழம், களக்காய், பூவரசம் இலை ஊதல், பச்சைக்கிளி, பிடிச்சு வளர்க்கிறது. ஓடையில குளியல்... ம்... எனக்கொரு சினேகிதி வனஜா. இங்கிருக்கிற நடிகைகள் அவ கால் ஓரம்கூட வரமுடியாது. நான் உள்ளிட்டு. பதினைந்து வயசுல கல்யாணம். ரெண்டு குழந்தை பெத்தா. படித்துறைப் புளிய மரத்துல தூக்குப் போட்டுச் செத்தா... ம்... அப்புறம் ராஜு வந்தான். அழகாச் சிரிச்சான். வாளி வாளியா மொண்டுக்குனு போய்ச் சேர்ந்தான். நாய். நன்றியில்லாத நாய். சீ... நாய்ங்க என்ன பாவம் பண்ணிச்சு... பாவம் அதை எதுக்குச் சொல்லனும். மனுசனைவிட மோசமான ஜந்து உலகத்துல இருக்கா ராமனாது? துரோகம் செய்யறது இல்லை. நாயும் பூனையும், நரின்னா, ஏமாத்தறதுதானா? பாவம். அது பிழைப்புக்கு அது போராடுது. மனுசனைவிடவா? திட்டம் போடுமா, சதி பண்ணுமா, காட்டிக் கொடுக்குமா? காரியம் ஆகறதுக்கு என்னை காசுள்ளவனுக்குக் கூட்டிக் கொடுத்தானே, ஒரு பாவி, அதெல்லாம் அதுங்க பண்ணுமா?

என் வீடு உங்களுக்குத் தெரியுமான்னு கேட்டப்போ, வரலாறே சொன்னீங்களே! எப்படி சார்? தேவடியா வீடுங்கறதாலதானே? தெரியும் சார். மாடியில இருந்து வேடிக்கை பார்க்கறப்போ, கவனிச்சு இருக்கேன். நாக்குத் தண்ணி விட்டுட்டு, வீட்டையே வேடிக்கை பார்த்துக்கிட்டே போவானுங்க...

இருந்தாற்போல திடுமென அவள் குனிந்துகொண்டு... அழுகிறாளா... ஆமாம் அழுதாள் சார்.

“வேணாம் எதுக்கு அழணும்... ப்ளீஸ்” என்று சொல்லத்தான் நினைச்சேன். வார்த்தை தொண்டையை விட்டு வெளியே வரவில்லை. தப்பான கதவைத் தட்டிட்டோமோன்னு ரொம்பத் தவிச்சுட்டேன்.

வந்தனா, சேலையின் முந்தானையில் முகத்தை அழுத்தமாகத் துடைத்துக்கொண்டாள். "சாரி" என்றாள். எழுந்தாள். வடக்குப் பக்கத்துக் கைப்பிடிச்சுவர் வரைக்கு மெல்ல நடந்தாள். ஏதோ வெகு தூரம் நடப்பவள்போலவும், மிதப்பவள்போலவும் அவள் காணப்பட்டாள். கைப்பிடிச் சுவரில் கைகளை ஊன்றிக்கொண்டு தெருவை வேடிக்கை பார்த்தாள். கணங்கள் செங்கற்களாக மாறி என்மேல் வந்து விழுந்தன. போய்விடலாம் என்று முடிவெடுத்தேன். இருக்கும் இடத்திலிருந்து இரைந்து பேச ஏனோ அச்சமாக இருந்தது. முழுக்க அவமானமான உணர்ச்சி நெஞ்சில் நிறைந்தது.

மிக நெடு நேரம் அவள் நின்றது நின்றபடி இருந்தாள். தன்னையும் என்னையும் மறந்து விட்டாள், என்றே நினைக்கத் தோன்றியது. ஒவ்வொரு கணமும் இரும்புச் சங்கிலிபோல என்மேல் விழுந்து சப்தித்தன. நான் அவளையே பார்த்துக்கொண்டிருந்தேன். கல்போல, ஒரு சிலைபோல எனக்கு முதுகைக் காட்டியபடி அவள் நின்றாள்.

குளிர்க்காற்றில் நான் கொஞ்சம் கொஞ்சமாக சுருங்கி, உறைந்து பின் கரைந்துகொண்டிருந்தேன். திரும்பியவள், நிதானமாக என் முன் வந்து அமர்ந்தாள். புதிதாக அப்போதுதான் என்னைப் பார்ப்பவள்போலப் பார்த்து 'என்ன' என்பதுபோல விழி பாவத்தால் கேட்டாள். எனக்குத் தொண்டை வறண்டிருந்தது. என்ன பேச என்றும் ஸ்திரப்படமால் நினைவு நரம்புகள் அறுந்து போனவனாக நிசப்தக்குறிக்குள் நழுவிக்கொண்டிருந்தேன்.

"ம்... என்ன வேணும் இதானே வேணும்..." என்று சொல்லியபடி – அந்தச் சொற்கள் கனவில் இருப்பவர் முணுமுணுப்பதுபோல இருந்தன. – தன் மேல் ஜாக்கெட்டைக் கழற்றினாள். பின் உள்ளாடை என எழுந்து நின்று ஒவ்வொன்றாய் உதிர்த்தாள். நான் கூசிப் போனேன்.

'வேணாம்... வேணாம் ப்ளீஸ்...' என்று கதறுவதுபோல நான் மன்றாடினேன்.

ராமனாது அப்படியே ஜீவனற்றவர்போல இருந்தார். வியர்த்து வடிந்தது அவருக்கு. அவர் தன்னிலை அடைய நேரம் பிடித்தது. பிறகு அவர் சொன்னார்.

"நான் ஓடி வந்துவிட்டேன்."

– நிகழ்ச்சிகள், சுமார் இருபத்து மூன்று ஆண்டுகள் சென்ற பிறகு, என் நினைவுகளில் இருந்து மீண்டும் பெயர்த்தெடுக்கப்பட்டு, எழுதப்படுபவை. இந்த வார்த்தைகளில்தான் ராமனாது சொன்னாரா என்றால், இதைவிடக் கூடுதலான உக்ரத்தோடுதான் சொன்னார். ஒன்று உறுதி. அதன் பிறகு அவர் சினிமா நடிக, நடிகையர் பற்றி என்னிடம் பேசவில்லை. நானும் சினிமாவில் எந்த மட்டத்திலும் இல்லை. வந்தனாவும் இல்லை. சொந்த ஊர்ப்பகுதியில் கரைந்து போனதாகச் சொன்னார்கள். தொடர்ந்து அவள் கச்சேரி செய்துகொண்டும் பாடிக்கொண்டும் இருந்ததாகக் கேள்விப்பட்டேன்.

2003

உஞற்றுபவர்

மரி சவரி சேவியர் நேற்று இரவு நள்ளிரவில் மாரடைப்பால் காலமானார். அரசு மருத்துவர், துல்லியமாக அவர் இறந்த நேரம் 11. 54 என்று சொன்னார். மாரடைப்பு என்பது முன்னர் அவருக்கு வந்ததில்லை என்று இறந்து போனவரின் மனைவி சொன்னாள். ஆக, முதல் தாக்குதலிலேயே சேவியர் இறந்து போயிருக்கிறார். மிகுந்த பூஞ்சையான உடம்பு. ஆகவே, தாக்குதலைத் தாங்க முடியவில்லை என்று செய்தி கேட்டுக் கூடிய அலுவலர்கள் பேசிக்கொண்டார்கள். சேவியர், தாக்குதலுக்கு உள்ளாகும்போது அவர் அறையில் மேசையில் அமர்ந்து, கோப்பு பார்த்துக்கொண்டிருந்தார். அதில் குறிப்புகளும் எழுதி இருக்கக் கூடும். ஒரு பெரிய அறை மட்டும் உள்ள அரசு தரும் வீடு அது. ஒரு பக்கம், கட்டிலில் அவர் மனைவியும் மகளும் உறங்கிக்கொண்டிருந்தார்கள். அந்தக் கட்டிலுக்கு நாலடி தூரத்தில்தான் அவர் அமர்ந்து வேலை பார்த்துக்கொண்டிருந்தார். எந்தச் சத்தமும் அவர் எழுப்பி மனைவி, மகளின் உறக்கத்தைக் கெடுக்கவில்லை. இந்தச் சமாசாரம் இறுதி ஊர்வலத்தில் சக அலுவலர்களால் பேசப்பட்டது. ஏதோ ஒரு சமயம் தனி புஷ்பம் புரண்டு படுக்கையில், மேசை விளக்கு எரிந்துகொண்டிருப்பதைப் பார்த்திருக்கிறாள். மேசை மேலேயே கவிழ்ந்து தலை வைத்துப் படுத்திருக்கும் சேவியரையும் பார்த்திருக்கிறாள்.

“விளக்கை அணையுங்களேன்” என்று சொல்லி விட்டு உறங்கிப் போயிருக்கிறாள் தனிபுஷ்பம்.

அடுத்தபடியாக அவள் கண் விழித்தது, விடியல் சப்தம் கேட்டுத்தான். தெருவில் மனிதர் மற்றும் உணவு விடுதிக்குக் கறக்கப் போகும் மாடுகளின் குளம்போசை கேட்டு எழுந்து கொள்வது, அவள் நித்தியப் பழக்கமாக இருந்தது. அதன்படி எழுந்தவள், மெர்சிலின் விலகிய துணியைச் சரி செய்து, அப்போதும் எரிந்துகொண்டிருந்த விளக்கை அணைத்தாள். இன்னும் மேசை மேல் கவிழ்ந்த படியே கிடக்கும் சேவியரின் நிலைமை ஏதோ விசேஷமாக இருப்பதாக அவளுக்குத் தோன்ற, சேவியரை எழுப்பி இருக்கிறாள்.

"எழுந்து பாயில் படுங்களேன்" என்று சொன்னபடி, அவரை அசைத்திருக்கிறாள். அவர் சரிந்திருக்கிறார். பேனாவில் மூடி திறந்தே இருக்கிறது. கோப்பின் மேலேயே அவர் கவிழ்ந்து இரவு முழுக்கத் தலை வைத்து இருந்தாலும், கோப்பு அழுக்காகவிடவில்லை, என்பது முக்கிய விஷயம் என்று சக ஊர்வலத்தில் ஓர் அதிகாரி சொன்னார். நடந்துக்கொண்டே.

இறந்து போன சேவியரின் பணிக்காலம் அவ்வளவு சந்தோஷம் பொருந்தியதாக இல்லை, என்று அதிகாரி இரங்கல் கூட்டத்தில் சொன்னார். யாருக்குச் சந்தோஷமானதாக இல்லை என்பதையும் அவர் விளக்கினார். அமரர் சேவியர், விதிகளின் படி, இம்மி பிசகாமல் ஒழுகினார். ஒரு கட்டத்தில் விதியைக் காட்டிலும் பெரிதானது உலகின் இல்லை என்பதாக நடந்துகொண்டார். அதாவது விதிகளைத் தம் தலைக்கு மேல் சுற்றும் சக்கரமாக அவர் பாவித்தார். விதிகள் முக்காலத்துக்குமாகத்தான் போடப்படுவன என்றாலும், சிலவகை நீக்குப்போக்குகள் இருக்கத்தான் செய்கின்றன. அதை உணராத மனுஷராகச் சேவியர் இருந்து விட்டார் என்று அதிகாரி சொன்னார். ஊழியர்கள், சற்று மேலான அதனினும் மேலான அலுவலர்கள் உறைந்து போன மாதிரி அதிகாரியின் முகத்தையே பார்த்துக்கொண்டிருந்தார்கள். அதில் இரண்டு மூன்று பேர் அவசரமாக எழுந்து கழிப்பறைக்குச் சென்றார்கள். கடைசியாக அதிகாரி மொத்தத்தில் எத்தனை குறைபாடுகள் இருந்தாலும் சேவியர் அருமையான மனுஷர் என்று முடித்தார்.

*

அரசு தனக்கு அளித்திருந்த ஒற்றைப் படுக்கை அறை வீட்டில் ஜன்னல் ஓரமாக மேசை போட்டு அமர்ந்து, சேவியர் தன் அலுவல்களைக் கவனிப்பார். இந்த வகையில் தனிபுஷ்பத்துக்கு

மனக்குறை. வீட்டை அலுவலகமாக மாற்றிக்கொண்டிருக்கிறார், சேவியர் என்பது அவள் குறை.

அது போன்ற சமயங்களில், சேவியர் அவளுக்கு விளக்க முயல்வார். அரசு, பல்வேறு பொருளாதாரக் காரணங்களை முன்னிட்டு, புது அலுவலர் நியமனத்தை நிறுத்தியது பற்றியும், ஓய்வு பெற்றுப்போகும் அலுவலர்களின் பணிகளையும் இருப்பவர்களே செய்ய வேண்டியிருப்பதையும் அவர் அவளுக்குச் சொல்வார். தனிபுஷ்பத்துக்கும் தர்க்கபூர்வமாகக் சில நியாயங்கள் இருந்தன. அதே குடியிருப்பில் இருக்கும் பாலம்மாள், புருஷனும் அவர்போல அலுவலர்தானே. அவர் ஒருபோதும் வீட்டில் வேலை செய்ததில்லையே. ஏன் என்று அவள் கேட்பாள். இந்தக் கேள்விக்குச் சேவியரிடம் பதில் இல்லை.

சேவியருக்குச் சேர்ந்தாற்போல், வேலை இல்லாமல் வீட்டில் இருக்கும் நிலைமை ஒன்று வாய்த்தது. ஒரு கோப்பு அதற்குக் காரணமாயிற்று. அதிகாரி அவரைக் கூப்பிட்டு அவன் முன் உட்கார அனுமதித்து பிறகு ஒரு கோப்பைக் கொடுத்து, அதன் முதல் பக்கத்தைத் திருப்பி, அதன் கீழ்க் கையெழுத்து இடுமாறு சொன்னார். மிக முக்கியமான கோப்பு என்றும், மிக மேலே இருக்கும் இடத்திலிருந்து தனி அக்கறை மற்றும் கவனத்தோடு அனுப்பப்பட்ட கோப்பு என்றும் உடனடியாக அது மேலே அனுப்பப்பட வேண்டும் என்றும் அவர் சொன்னார். சேவியர், மேலெழுந்த வாரியாக அதைப் படித்ததில் அது பெருந்தொகை சம்பந்தமானது எனவும் எங்கேயோ ஒரு சிடுக்கு இருக்கிறதெனவும் விளங்கிக்கொண்டார். கொண்டதோடு, அதைத் தன் இருப்பிடத்துக்கு எடுத்துச் சென்று, ஆழமாகப் பரிசீலித்து, தன் குறிப்பை எழுதுவதாகச் சொன்னார். அதிகாரி, விரல்களை மேசை மேல் வைத்து நெட்டி முறித்தார். ஒரு சிகரெட்டையும் பற்ற வைத்துக்கொண்டார். உடனடியாக அப்போதே மேலே திருப்பி அனுப்பப்பட வேண்டும் என்றார். ஆனாலும் அவருடைய இடத்துக்குச் சென்று அதைப் பரிசீலனை செய்ய அவர் அனுமதித்தார். சேவியர் தன் இடத்தில் வந்து அமர்ந்து அதை நிதானமாக வாசித்து முடித்தார். அதற்குள்ளாக, அதிகாரி, அவர் இடத்துக்கு வந்து "ஆச்சா" என்றார். தான் அதைப் பார்த்துவிட்டதாகவம், சரியானது என்று தனக்குத் தோன்றுவதாகவும் அதிகாரி சொன்னார். சேவியரோ, தனக்கு அவ்வாறு படவில்லை என்றும் உள்ளூரில் உபரியாக இருக்கும் ஒன்றை, வெளிநாட்டிலிருந்து தருவிக்கச் சட்டத்துக்கும் சம்மதம்

இல்லை. ஆகவே தனக்கும் இல்லை என்றும் சேவியர் சொல்லியது மட்டுமின்றி, அவ்வாறே குறிப்பும் எழுதி அதிகாரியிடம் மிகப் பணிவுடன் நீட்டினார்.

சேவியர் அந்த இரண்டும் கெட்ட நகரத்தில் தன் வாழ்க்கையைக் கழித்து விடத்தான் விரும்பினார். நகரத்தில் மாடுகளுக்கு ஊசி போட்டுப் பால் கறப்பதை ஒரு ஹோட்டல் வாசலில் அவர் பார்த்த நாள்கொண்டு அவர் முடிவுக்கு வந்திருந்தார். அதை அவர் மீறும் நிலைமை ஏற்பட்டது. அடிக்கடி அவரைத் தலைநகருக்கு அழைத்து அலைக்கழித்தார்கள். ஒரு இரவு முழுக்க ரயில் பயணத்தை மேற்கொண்டு அவர் தலைநகரம் வந்ததும், அன்று உச்ச அதிகாரிக்கு மிக முக்கியப் பணி வந்து, அவர் இவரைச் சந்திக்க முடியாத துர்பாக்கியம் நிகழும். வேலை இல்லாமல் வீட்டில் இருப்பது முதலில் சங்கடமாக இருந்தது. மனசை புத்தகத்தில் ஆழ்த்திப் பார்த்தார். புத்தக அச்சு வரிகளில் ஊடாக, தனிபுஷ்பம் வந்து போனாள். கல்லூரியில் படிக்கும் "செல்போனை" சற்றேறக் குறைய தோடு மாதிரிக் காதைவிட்டுக் கழற்றாமல் திரியும் மகள் ஊர்ந்து போனாள். சொந்த ஊருக்குப் புறப்பட்டுச் சென்று, பிரார்ஜித சொத்துக்களை விற்க முனைந்தார். இவருடைய அவசரம் புரிந்து கொள்ளப்பட்டு, நிலத்தின் மதிப்பு மிகவும் கீழிறக்கப்பட்டும், நிலத்தை விற்க வேண்டியது தவிர்க்க முடியாததாயிற்று. அலுவலகத்தில் இருந்தபோது வீட்டில் அதிகம் இருப்பதை விரும்புபவர் சேவியர். வேலை இல்லை என்று ஆனபிறகு வீட்டில் இருப்பது இயலாததாயிற்று. பூங்காவின் மேற்கு மூலையில் உள்ள சிமெண்ட் பெஞ்சில் அவர் மிகுந்த நேரத்தைச் செலவிட்டார். பவழமல்லி மரத்திலிருந்து உதிரும் பூக்களை எண்ணுவதற்கான நேரம் அதிகம் கிடைத்தது. அவரது நெருங்கிய நண்பர்களுக்கும் வீடு, வீடு தொடர்பான பல பிரச்சினைகள் இருந்தன. அவர்களையும் சந்திக்கச் சேவியருக்கு நேரம் இல்லை. ஒருமுறை அந்தி மயங்கும் நேரத்தில் அவர் வீட்டில் இருந்தார். செவ்வானத்திலிருந்து எதிரொலிக்கும் விநோத வெளிச்சத்தில், தனிபுஷ்பம் ஸ்நானம் செய்து, கூந்தலை ஈரம் போகத் தட்டிக்கொண்டிருந்தாள். பூத்துவாலையால், கூந்தலில் இருந்து தெறித்து, பன்னீர் தெளிப்புபோல அவர் மேல் படிந்த நீர்த்திவலைகளால் அவர் கிளர்ந்தார். எழுந்து தனிபுஷ்பத்தின் கையைப் பற்றி உள்ளே அழைத்துப் போகலாமா என்று ஒரு கணம் யோசித்தார். திடுமென்று, மதியம் நிகழ்ந்த நிகழ்ச்சி அவர் நினைவில் நிழலாடியது. பூங்காவிலிருந்து மதியம் சாப்பாட்டுக்குத்

திரும்பினார். தனிபுஷ்பம் ஒரு தினுசாக இருக்கக் கண்டார். மேலே, எதையோ பார்க்காமல் பார்த்தபடி இருந்தாள். அவள் விழிகள், வாசலுக்கு எதிரே இருந்த தூங்கு மூஞ்சி மரத்தில் நிலைத்திருந்தன. அந்த மரம் பல காலமாக அந்த இடத்தில்தான் இருந்துகொண்டிருந்தது. அவர்கள் அங்குக் குடிவருவதற்கு முன்னால் இருந்தே மரம் முழுக்கப் பூத்துப் பூக்கள் தரையில் வீழ்ந்து சிதறிக்கிடக்கும். அவற்றை மிதித்துக்கொண்டு நடப்பது எவருக்கும் சிரமமாகத்தான் இருக்கும். தனிபுஷ்பம், அவ்வாறு மரத்தை வெறித்துக்கொண்டு நிற்பது இதற்கு முன்னரும் பல காலம் நடந்துதான் இருந்தது. அண்மைக் காலமாக இப்படிப் பார்வையிடுவது அதிகமாயிருந்தது. அந்த வெளியைக் கடந்து வெளியைப் பார்க்கும் அந்தப் பார்வை இப்போது அசந்தர்ப்பமாக நினைவுக்கு வந்து, அவரைக் கீழே எறிந்தது. அவர் அணைந்து போனார்.

இறுதி ஊர்வலத்தில் கலந்துகொண்டு, சேவியரின் நெருங்கிய நண்பர் என்று கருதப்பட்ட குமாரசாமி, தன் பக்கத்தில் நடந்து வந்த ஒருவரிடம், அண்மைக் காலமாகவே சேவியரின் முகத்தில் முற்றாகச் சிரிப்பு மங்கி, ஒரு விதமான மௌனம் சுண்ணாம்புப் பூச்சைப்போலத் தேய்க்கப்பட்டிருந்தது என்றார். ஆனால், குமாரசாமி என்கிற நபர், எந்த முன்விசாரிப்பும் இன்றி, வேலை நீக்கம் செய்யப்பட்டபோது, அலுவலக வாசல் கூட்டத்தில் மட்டும் இன்றி, அதிகாரியிடமும், அவர் கறாராகப் பேசினார். அதிகாரியின் மனசை ஆழமாக ஊடுருவ அவர் முயன்றார் என்று உடன் இருந்தவர்கள் சொன்னார்கள். அதே நிலைமை பின்னால், சேவியருக்கும் ஏற்பட்டது. திடுமென ஒருநாள் அவர் அலுவலில் இருந்து விலக்கப்பட்டார்.

வேலை நீக்கம் செய்யப்பட்ட பிறகு பல ஆச்சரியங்கள் அவருக்குக் காத்திருந்தன. ஞாயிற்றுக்கிழமை ஆனால், எதிர் மற்றும் பக்கத்து வீடுகளில் இருந்து வரும் கோழிக் குழம்பு மசாலா வாசனை அந்த ஆச்சரியங்களில் ஒன்று. ஞாயிற்றுக் கிழமை என்பதே கோழிக் குழம்புக்காக விடிகிறதோ எனத் தோன்றியது. ஞாயிற்றுக்கிழமை, வியாபிக்கிற நேரச் சாவதானம் அதற்குக் காரணமாக இருக்கலாம். இப்போதெல்லாம் அந்த இடத்தை ஆட்டுக்கறி எடுத்துக்கொண்டிருக்கிறது. அப்புறம் பதினொரு மணிக்கு வருகிற பலூன்காரன். குழந்தைகள், பள்ளிக்கூடங்களில் அடைப்பட்டுப் போன அந்த நேரத்தில் அவர்களின் சந்தோஷத்தைக் காற்றாக நிரப்பிக்கொண்டு தெருவில்

வருவது சில சமயங்களில் புரிபடாத விஷயமாக இருந்தது. வகுப்புக்குள் இருக்கும் குழந்தைகள் மனத்தில் பலூன்கள் ஆடும். நிச்சயம் பாடம் விஷயமாக இருக்க முடியாது.

வேலை நீக்கம் செய்யப்பட்ட இரவுக்கு மறுநாள் இரவு சேவியருக்குத் தீவிரமான முயக்கத் தினவு ஏற்பட்டது. அது அவ்வப்போது நேர்வதுதான். இது அவ்வாறானது அல்ல. வேறு ரகம். வேறு தளம். தனிபுஷ்பம் எப்போதும் அவரைப் புறக்கணித்தது இல்லை. இப்போதும் அவரை அவள் வரவேற்று ஏற்றாள். பெண், படுக்கையில் ஆழ்ந்த உறக்கத்தில் இருந்தாள். சத்தம் இல்லாமல் எழுந்து, அறைக்கு வெளியே, வந்து வெளிப்பக்கமாகக் கதவைத் தாளிட்டுக்கொண்டார். சமையலறையை ஒட்டி இருந்த கப்போர்டில் புதிய பெட்ஷிட்டுகள் இருந்தன. தனிபுஷ்பம் ஒன்றை எடுத்துப் பிரித்தாள். அவர்கள் தங்களுக்குள் சீராட்டிக் கொள்ளும் முறைமைப்படி அவளை அவரும், அவரை அவளும் நிர்வாணப் படுத்திக்கொண்டார்கள். அவர்களின் அந்த விளையாட்டில் இந்தப் பகுதி அவர்களுக்கு இன்றியமையாத செயல்முறை. சட்டை கழன்று, சதையும் உடம்புமாக, உடம்பில் காற்றும் ஒளியும் ஸ்பரிசமும் வாசனையையும் படரவிடுவது இணைவின் மூலாதாரம் (சட்டை என்றதும் சட்டை முனி ஞாபகம் வரும்) தனிபுஷ்பம், அவரது மனநிலையை உணர்ந்து, முன்கை எடுத்தாள். அவரும் அதை எதிர்பார்த்தார். மூர்க்கமாக அவரை ஆரத் தழுவி, விரல்களும் முலைகளும் அவர் தேகம் முழுக்க விதந்து விதந்து தேய்த்துக் கசக்கினாள். அவர்கள் பெட்ஷிட் மேல் படுத்துப் புரண்டார்கள்.

சாட்டையின் நுனி தாக்கப்பட்டதுபோல் சேவியர் எழுந்து உட்கார்ந்தார். இதற்கு முன் எப்போதும் இப்படி நேர்ந்தது இல்லை. அவரால் முடியவில்லை. “என்ன” என்றாள் தனிபுஷ்பம். அவளும் அவருக்கு உதவினாள். அவருக்கு முடியாமல் போயிற்று.

*

குமாரசாமி, ஊருக்கு வெளியே புதிதாக உருவாகிக் கொண்டிருக்கும் புது நகரில் மனை வாங்கிப் புது வீடு கட்டிக்கொண்டிருந்தார். அலுவலகம் வந்து, ஒரு மணி நேரம் இருந்துவிட்டு, பக்கத்தில் இருக்கும் ஒருவரிடம் வேலையை ஒப்படைத்து விட்டு வீடு கட்டுமிடத்துக்குப் போய்விடுவார். சேவியர் அலுவலில் இருந்தபோது, குமாரசாமியின், பணியையும் சேர்த்து இவர் செய்துவிடுவார். ஒருநாள், பூங்காவில் இருந்து பஸ்

பிடித்துப் பெரும்பாக்கத்துக்கே போனார் சேவியர். குமாரசாமி மேஸ்திரியோடு மேஸ்திரிபோலத் தானும் நின்று வேலை பார்த்துக்கொண்டிருந்தார். தளம் ஒட்டப்படாமல் வளர்ந்து நின்றது வீடு. இவரை அழைத்துப் போய் வீட்டைச் சுற்றிக் காட்டினார், குமாரசாமி.

கார் நிறுத்தும் இடம், மேலே நிழல் மறைப்பு, படியேறினால் ஓர் அகன்ற தாழ்வாரம். சுமாரானவர்களை அங்கே உட்கார வைத்து அப்படியே அனுப்பிவிடச் சௌகர்யம். உள்ளே பெரிய ஹால், ஒரு சின்னக் கல்யாணம் நடத்தலாம். கூடிய சீக்கிரமே இரண்டாம் பெண் புஷ்பவதியாக இருக்கிறாள். இங்கேயே மஞ்சள் நீர்ச்சடங்கைச் செய்து விடலாம். அது பெரியவன் படிப்பறை. அப்புறம், அவனுக்குக் கல்யாணமானால், அவனுக்கும் அவன் பெண்டாட்டிக்கும் ஆன அறை. அடுத்து உணவறை. அதை ஒட்டிச் சமையல் அறை. தட்டுமுட்டுச் சாமான்கள் போடும் அறை. வலப்பக்கம் குமாரசாமியின் படுக்கை அறை. கட்டாயம் டைல்ஸ் உண்டு. அட்டாச்டு டாய்லட். பெரிய அறை. ஜன்னலைத் திறந்தால் தோட்டம் தெரிய வேண்டும் அப்புறம் இருப்பது விருந்தினர் அறை. எழவெடுத்த ஊர் ஜனக்கூட்டம் அடிக்கடி டேரா போட்டுத் தாலியை அறுக்கும் அவர்களுக்கு இந்தியன் டைப் கழிப்பறை. குமாரசாமி அறைக்குள் இருக்கும் டாய்லட், வெஸ்டர்ன்டைப், வயசாகிறதோ இல்லையோ? உட்கார இது சௌகர்யம். தோட்டத்தின் மேற்கு மூலையில் ஒரு குளியல் அறையும் கழிப்பறையும் அங்கு இந்தியன் டைப்தான். ஒரு முருங்கை, நாலு தென்னை, ஒரு வேம்பு, கறிவேப்பிலை, பாவைக்கொடி, மிக முக்கியம். நாலு வாழை போட்டால் இலைக்கு இலை குலை தள்ளினால் தண்டுக்குத் தண்டு. அண்மைக்காலமாக வருகிறாற்போல இருக்கும் சர்க்கரை மற்றும் மூல நோய்களுக்கு முன் ஜாக்கிரதையாக இருக்க வேண்டாமா? மேலே, கீழே இருப்பதுபோலவே கட்டுமானம் இருக்கும். அதற்கு மேலே மொட்டை மாடி. அதில் ஓர் அறை குமாரசாமியின் "பெர்சனல்" அறை. அங்கு நிச்சயம் வெஸ்டர்ன் டைப்தான். ஒன்றுக்கு நாலாக இருப்பது நல்லதுதானே? மனுசனுக்கு எங்கு எப்போது வரும் என்று யாருக்குத் தெரியும்? என்ன சொல்றீர். என்று கேட்டார் குமாரசாமி. என்ன பதில் சொல்வது என்று யோசித்தார் சேவியர்.

நூதன கிருஹப் பிரவேசம் நடந்தபோது போகலாமா, கூடாதா என்று சேவியர் யோசித்தார். இது போன்ற நிகழ்ச்சிகளுக்கு

வெறும் கையை வீசிக்கொண்டா போவது? தனிபுஷ்பம் உதவத் தோட்டை அடகு வைத்து, ஒரு வழியாகச் சமாளித்தார், சேவியர். பிரும்மாண்டமான கூட்டம். இலை ஒன்றுக்கு எண்பது ரூபாய் என்று குமாரசாமி சொன்னார். அதைவிட ஆச்சர்யம், பெரிய தலைவர்கள், அமைச்சர் ஒருவர் என்று பிரமுகர்கள் எழுந்தருளியதுதான். குமாரசாமி முக்கியமான புள்ளி என்பது, முக்கியப் புள்ளிகளின் மூலம் முக்கியப்படுத்தப்பட்டது, முக்கியமான விஷயம் ஆயிற்று.

*

ஒருநாள், அழுக்கான சாணித்தாள் உறைக் கடிதம் சேவியர் பெயருக்கு வந்தது. அது மாதிரிக் கடிதம் அரசாங்கத்தினுடையது, பிரித்துப் படித்தார். உடனடியாக வேலையில் சேரச் சொன்னது அக்கடிதம். தனிபுஷ்பத்தின் முகத்தில் நீண்ட நாட்களுக்குப் பிறகு புன்னகை அரும்பியது. அவளுக்குப் பல் வரிசை இத்தனை அழகானது என்பதுகூடவா மறந்து போயிருக்கும். துணிகள் துவைத்து, கஞ்சி போட்டு, இஸ்திரி வைத்துத் தயாராயின. அன்று ஒன்பதரைக்கு அலுவலகம் சென்றார் சேவியர். அலுவலர்கள் கை குலுக்கினார்கள். ஒருவர் தேநீர் வாங்கித் தந்தார். சரியாகப் பத்து மணிக்கு ஓர் அலுவலர் அவரை அழைத்து, வேலை ஆணையைத் தந்தார். சேவியர் அதைப் படித்து முடிக்கும் முன்பு வேறோர் ஆணையை நீட்டினார், அது அன்று தொடங்கி அவர் வேலை நீக்கம் செய்யப்பட்டிருக்கிறார் என்கிற ஆணை.

அன்று பூங்காவில் இருக்கும் எல்லாச் செடிகளையும் எண்ணிக் கொண்டிருந்தார் சேவியர். பட்டு ரோஜாக்கள்தான் அதிகம். பெயர் தெரியாத பல செடிகள். அது துரதிருஷ்டம்தான் – நம்மோடு வாழும் செடிகள், மரங்கள், பறவைகள் பெயர் தெரியாமல் வாழ்வது. மிக தாமதமாகத்தான், வீட்டுக்குத் திரும்பினார் சேவியர். மனைவி, மகள் படுத்துவிட்டிருந்தார்கள். முதல் நாள் வேலை கூடுதலாகத்தான் இருக்கும் என்று சிரிப்போடு சொன்னாள் தனிபுஷ்பம். அவள் தூங்கப் போன பின்பும் அவருக்கு உறக்கம் வரவில்லை.

இது நடந்த மூன்றாம் நாள், அனுமார் கோயிலுக்கும் புல்லுக் கட்டுச் சந்துக்கும் இடையே ஒரு விளக்குத் தூணில் இடித்துக்கொண்டார் அவர். மூக்கு மேல் பகுதி உடைந்து இரத்தம் கொட்டியது. பிளாஸ்திரி போட்டுவிட்டார். ஒரு டாக்டர் நண்பர், ஐம்பது ரூபாய் பீஸ் வாங்குபவர் இவருக்காக

இருபது வாங்கினார். அன்று ராத்திரிதான் சேவியர் தானாக ஒரு கோப்பு, தனியாகத் தயாரித்து அதில் என்ன என்னவோ எழுதி, எழுதி, அதற்குக் குறிப்பும் எழுதிக்கொண்டிருந்தார். எழுதியபடியே இருக்க அவர் உயிர் பிரிந்தது.

*

பல நாட்களுக்குப் பிறகு தனிபுஷ்பம் அந்தக் கோப்பைப் படித்தாள். பல செடிகள், அவற்றின் இயல்புகள், பல பறவைகள், அவற்றின் இயல்புகள் எழுதப்பட்டிருந்தன.

ஊழையும் உப்பக்கம் காண்பர் உலைவின்றித்
தாழாது உஞற்று பவர் (குறள் 620)

2004

மக்களின் கதை அல்லது லாராவின் கதை

சிறைச்சாலையின் உள்ளே வைத்துதான் விசாரணை நடைபெற்றது. மிக உயர்ந்ததும் பலமானதுமான அந்தச் சிறைச்சாலை வரலாற்றுப் புகழ் பெற்றது. இப்போதிருக்கிற ஆட்சியாளன் மூன்றாம் இனியனின் முன்னோர்களில் ஒருவன்தான், அந்தப் புகழ் பெற்ற சிறைச்சாலையைக் கட்டினான். அந்தச் சிறைச்சாலைக்குள் வைத்துத்தான் லாராவுக்கு மரண தண்டனை என்று தீர்ப்பு சொல்லப்பட்டது. லாரா, மரணம் எய்தும்வரை அவளைக் கல்லால் அடித்துச் சாகடிக்க வேண்டும் என்பது தீர்ப்பின் சாரம்.

உலகப் பண்பாட்டு நாகரிகம் பற்றி ஆராய்கிற அறிஞர்கள் எல்லாம், அந்தச் சிறையின் அமைப்பைப் புகழ்ந்து எழுதியிருக்கிறார்கள். புகைப்படக் கலை, சினிமாக்கலை எல்லாம் தழைத்து வளர்ந்தபின், அந்தச் சிறை பற்றிய மகிமை, உலக மக்களுக்குத் தெரிய வந்தது. ஐரோப்பியர்கள், கையில் சுத்திகரிக்கப்பட்ட தண்ணீர் பாட்டிலுடனும், கேமரா, பைனாகுலர், சகிதம், கண்டுபிடிக்கப்பட்ட அந்த பண்பாட்டுச் சின்னத்தைப் பார்க்க வந்தார்கள். வந்தவர்கள் அவர்கள் பத்திரிகைகளிடமும், தொலைக்காட்சிகளிலும், இனியன் 1 கட்டிய சிறைச்சாலை பற்றிச் சொன்ன பிறகு உள்ளூர்க்காரர்கள் அதன் பெருமைப் பற்றி அறியலானார்கள். தங்கள் தாய்களைப் பற்றியேகூட வெளிநாட்டுப் பத்திரிகைகள் மூலமே இவர்கள் அறிந்துக் கொள்ளுவார்கள்.

சரித்திரப் பிரசித்தி பெற்ற இந்தச் சிறைச்சாலையில், லாராவின் வழக்கு நடைபெற்ற

காரணத்தால் லாராவும், அவள் தொடர்பான வழக்கும் உண்மையில் பெருமை பெற்று விட்டதாகப் பத்திரிகைகளும், தொலைக்காட்சிகளும் திரும்பத் திரும்பச் சொல்லின.

வழக்கு நடந்த அன்று, இனியன் III, தாமே சிறைச்சாலைக்குள் தம் இடதும் வலதுமான அதிகாரிகளுடன் வந்தது. நாட்டு மக்களைத் திகைக்க வைத்தது. என்ன நடக்கப் போகிறது என்று அறிகிற ஆர்வம், அவர்களைப் பிடித்து ஆட்டியது. இனியன் III அமர என்று, வட்ட மேசை போடப்பட்டு, அதன் மேல் வண்ணமயமும் ஜரிகையும் (ஜரிகை அசல் பொன்னால் ஆனது) இயைந்த மேசை விரிப்பு போடப்பட்டது. இடதும் வலதும் சாதாரணமான நாற்காலிகள் போடப்பட்டு நடுவில் ஒரு விசேஷமான நாற்காலிப் போடப்பட்டிருந்தது. தந்தக் கைப்பிடியும், பொற்றகடும் போர்த்தப்பட்ட கைகளும், முதுகுப் பக்கம் அன்னப்பறவைகளின் தூவிகளால் ஆன "குஷனும்"கொண்ட கன காம்பீரியமான நாற்காலி அது. இனியன் பரம்பரையினரே உட்காரத் தக்க நாற்காலி என்று எவரும் பார்த்த மாத்திரத்தில் சொல்லத் தக்க நாற்காலியாக அது இருந்தது.

இனியன் III வரப்போகிற விசேஷத்தைக் கொண்டாட சிறைச் சாலைக்குப் புதிதாகச் சுண்ணாம்பு அடிக்கப்பட்டது. சிறைச்சாலை அதிகாரி, சிறையில் மதில், அறை, கம்பிகள், பாதுகாப்பு குறித்து அக்கறையுடன் பரிசீலனை செய்து திருப்திப்பட்டுக்கொண்டார். நான்கு அடி அகலமும், நாற்பத்து ஐந்து அடி உயரமும்கொண்டதாக இருந்தது. அந்தச் சிறையின் மதில் சுவர். சிறையைச் சுற்றி வர ஒன்றரை மைல் சுற்றளவு காணும்படியாக இருந்தது. சிறை அறைக்குள் வெளிச் சூரிய ஒளி புகாதபடி, அந்த மதில் சுவர்கள் தடுத்துக்கொண்டிருந்தன. சிறை அறைகள் எப்போதும் இருள் சூழ்ந்தும், எப்பொழுதும் கண்ணுக்குத் தெரியாதபடி இருட்டுமாக இருக்குமாறு பார்த்துக்கொள்ளப்பட்டன. சிறைக்குள் எந்தவிதமான பூச்செடிகளோ, தாவர வர்க்கமோ இருக்காத படிக் கண்காணிக்கப்பட்டது. எவரும் விதை தூவாது தானாகவே முளைக்கின்ற புற்கள் ஒரு சமயம் மண்டி வளர்ந்தன. அவை, ஏதோ சில எண்ணங்களை, கனவுகளைக் கைதிகளுக்குத் தந்து விடுகின்றன என்பதைச் சில இயற்கை விஞ்ஞானிகள் கண்டுபிடித்துச் சொன்னதன் பேரில், புற்கள் சிறைக்குள் தடை செய்யப்பட்டன. ஆழ்ந்த பரிசீலனைக்குப் பிறகு, சில புனித நூல்களைச் சிறைக்கைதிகள் வாசிப்புக்குத் தரலாம் என்று முடிவெடுக்கப்பட்டது. அதிலும் சில ஆட்சேபகரமான வரிகள்

இருப்பது காலப்போக்கில் கண்டுபிடிக்கப்பட்டது. எனவே, "தேவனுக்குரியது. தேவனுக்கும் ராயனுக்குரியது. ராயனுக்கு" "தனக்குத்தானே விரோதமாய்ப் பிரிந்திருக்கிற எந்த ராஜ்யமும், பாழாய்ப்போம்; தனக்குத்தானே விரோதமாய் பிரிந்திருக்கிற எந்தப் பட்டணமும் எந்த வீடும் நிலை நிற்க மாட்டாது. என் பரமபிதா நடாத நாற்றெல்லாம் வேரோடு பிடுங்கப்படும்" போன்ற வரிகள், மைப்பூசி அழிக்கப்பட்டுக் கைதிகள் வாசிப்புக்குத் தரப்பட்டன.

வானம் நீலமாகவும் இருந்த ஒரு காலை நேரத்தில் இனியன் தன் படைவர்க்கத்துடன் சிறைக்குள் புகுந்தான். காற்றின் நிறம் நீலமாகவும், ஒளியின் கீற்று சிவப்பாக்கவும், மாறி இருப்பதை மக்கள் கண்டார்கள். இனியன் தன் ஆசனத்தில் அமர்ந்ததும், அவனின் இருபக்கமும், இரு அதிகாரிகள் அமர்ந்தார்கள். முட்டை வடிவமான, மிக நேர்த்தியாகச் செய்யப்பட்ட மேடைக்கு முன், லாராகொண்டு வரப்பட்டு நிறுத்தப்பட்டாள். அவள் ஆடைகள் கிழிந்து தொங்கின. குறிப்பாக அவள் ஸ்தனங்களை மூடிய துணி இருந்த பகுதியும், கீழாடையின் பெரும் பாகமும் கிழிக்கப்பட்டிருந்தன. ஏறக்குறைய அவள் நிர்வாணமாக இருந்தாள். கைது செய்யப்பட்டபோது லாரா, இப்படியாக இல்லை. அவள் உடை அவளை முழுமையாக மூடும் வகையில்தான் இருந்தது. அவள் முகம், வெளுத்தும், சோபை குன்றியும், இருந்தது. எங்கோ வெகு தூரத்தில் அவள் பார்வை சூனியத்தில் நிலைகுத்தி இருந்தது. அனைத்தையும் கடந்தவள்போல அவள் இருந்தாள்.

இனியன் III அவளை கூர்ந்து பார்த்தான். அவன் முகம், கோபத்தாலும், வெறுப்பாலும் சிவந்து கடுத்தது. அவன் வலப்பக்கத்து அதிகாரி, கையில் பத்திரத்துடன், நாற்காலியின் விளிம்பில் இருந்தான். இனியன், அவனைத் திரும்பிப் பார்த்ததும், அவன் குற்றப் பத்திரிகையை வாசித்தான்.

தர்மாபுரிப் பட்டணத்தின், வேதவதி ஆற்றின் அக்கரையில், ஆடு மேய்க்கும் காலஞ்சென்ற குமரன் என்பவனின் மகள் லாரா. வயது 29. இவள் திருமணம் ஆகாமலே கர்ப்பம் தரித்தாள் என்பதைக் காவல்துறை அறிய வந்தது. உளவுத்துறை, மற்றும் சட்டம் ஒழுங்குத்துறை, இரண்டும் மருத்துவப் பரிசோதனை செய்து, மேற்படி லாரா கர்ப்பமாகத்தான் இருக்கிறாள் என்பதை உறுதிப்படுத்தியது. கர்ப்பத்துக்குக் காரணம் எவன் என்பதை அவள் தெளிவாகச் சொல்ல மறுக்கிறாள். அவள் பலருடன் தொடர்புகொண்டு இருந்துள்ளாள். தேசத்தின் சட்டத்திட்டபடி

சட்டபூர்வமான உறவு அல்லாத விபசாரம் காரணமாகக் கருத்தரிக்கும் பெண்ணுக்கு மரண தண்டனை வழங்கப்பட வேண்டும் என்பது நம் தேச விதியாக இருக்கிறது. எனவே மேன்மை தங்கிய மன்னர் பெருமான், அறம் தாங்கி, மனம் வைத்து என்ன தண்டனை விதிக்கிறார்களோ, அதை நிறைவேற்ற அறங்கூர் அவயம் காத்திருக்கிறது.

இனியன், விரல் நகத்தைக் கடித்தபடி அவளை நோக்கியபடி இருந்தான். இடது பக்கத்து அதிகாரி, அவளைப் பார்த்து, பெண்ணே மன்னர் காலில் விழுந்து, அவர் பாதங்களை உன் கூந்தலால் துடைத்துவிட்டு மன்னிப்புக் கேள். மன்னர் தண்டனையைக் குறைப்பது பற்றி யோசிப்பார் என்றான்.

எதுவுமே காதில் விழாதவளாகவும், காதற்றவளாகவும், அவள் நின்றாள்.

வாய் திறந்து பேசு. நீ குற்றத்தை ஒப்புக் கொள்கிறாயா? என்றான் இனியன் III.

லாராவுக்கு நிறைய சொல்ல வேண்டி இருந்தது. சொல்வதற்கும் நிறைய இருந்தது. முதலில் அந்தப் போர்களைப் பற்றிச் சொல்ல வேண்டும். தர்மாபுரிப் பட்டணத்துக்கும், அடுத்துள்ள கருணாபுரிப் பட்டணத்துக்கும் சதா ஏற்படும் சண்டைகள். சின்ன வரப்பு தகராறு தொடங்கி, பெரும் சண்டையாக இரு நாட்டுக்கும் மூண்டு விடுவதைப் பற்றிச் சொல்ல வேண்டும். இனியன், கருணாபுரிப் பட்டணத்து அரசனின் மகளின் மேல் ஆசைப்பட்டுக் கல்யாணம் பேசப் போனதையும் அந்தப் பெண் இவனை ஏற்கவில்லை என்பதுக்காக நடந்த சண்டையில், லாராவின் அப்பா கொலை செய்யப்பட்டதையும், அவள் அம்மா, எதிரி நாட்டு வீரர்களாலும், சொந்த நாட்டு வீரர்களாலும் பெண்டாளப்பட்டதையும் சொல்ல வேண்டும். ஆறு ஏழு வயது சிறுமியாகத்தான் அப்போது இருந்ததையும் தன் கண் முன்னால், அம்மாவின் நிர்வாண உடம்பை, மனிதர்கள் தின்று தீர்த்ததையும் கண்டு அந்த அதிர்ச்சியில் பேசும் சக்தியை பல ஆண்டுகள் இழந்து போயிருந்ததையும் சொல்ல வேண்டும். அவள் வீடு எரியும்போது, வெகு தூரத்திலிருந்து, ஒரு பூவரசு மரத்தின் நிழலில் நின்றதையும், அந்த மரத்தின் பூக்கள் மிக அழகானவை என்பதையும் சேர்த்து சொல்ல வேண்டும். இழந்தும், எரிந்தும் சிதிலமான ஊரையே சுற்றிக்கொண்டு திரிந்ததையும், எல்லோருமே ஒரு துண்டு ரொட்டிக்கு அலைந்ததை குழந்தைகளின் பசி முகம்

பார்த்துப் பெரியவர்கள் அழுததை மாடுகள், குதிரைகள், செத்து நாறியதை, உழைத்துக் கௌரவமாக வாழ்ந்தவர்கள் முகத்தை மூடிக்கொண்டு பிச்சை எடுத்ததை, தின்ன எதுவும் கிடைக்காமல் உணவு தேடித்தேடி ஊர் ஊராக அலைந்ததைச் சொல்ல வேண்டும். பசி பசி. தின்பதற்கு உணவு தேடி மனிதர்கள் நடந்து நடந்து பல ஊர்களுக்கும் புதிய பாதை உருவானதை, தெருவில் கள்ளனைப்போலவே சிறுவர்கள், சிறுமிகள் அலைந்து திரிந்ததை, இரவில் பனியில் அவர்களில் பலர் விறைத்துச் செத்ததை, சில தோழிகள் திருடி மாட்டிக்கொண்டு இளங்குற்றவாளிகள் சிறைக்கு சென்றதை தானும் திருடியும் கடவுள் புண்ணியத்தால் தப்பித்ததைச் சொல்ல வேண்டும். செத்துப் போனவர்கள் சட்டை கால் சாட்டைகளை எடுத்துப் போட்டுக்கொண்டதை, அடிக்கடி யாராவது சாகமாட்டார்களா என்று நினைத்ததை, கடைசியாக அன்பு புரிக்கு வந்துச் சேர்ந்ததைச் சொல்லவேண்டும். அங்கு பொறுக்கியும் பிச்சை யெடுத்தும், அடிக்கப்பட்டும், துரத்தப்பட்டும் அலைந்ததை, மர இடுக்குகளில், பாழ் மண்டபங்களில் படுத்துத் தூங்கியதை, அவ்வப்போது அம்மாவின் ஞாபகம் வந்து, அப்பாவின் நினைவுகள் கவிந்து அழுததை, வாய்விட்டுக் கதறியதை, பள்ளிக்கூடம் போகும் குழந்தைகளைப் பார்த்து ஏங்கியதை, ஒழுங்கான சுத்தமான ஆடைகளைத் தரித்த தன் போன்ற குழந்தைகளைப் பார்த்துப் பொருமியதை, சாந்தும் பூச்சும் போட்டு மனிதர்கள் ஆரோக்கியமாகக் குளிப்பதைக் கண்டுச் சிறுமைப் பட்டதை, அந்தச் சமயத்தில் ஊர்த்தலைவரின் குதிரை லாயத்தில் வேலை பார்க்கும், நீலகண்டன் என்ற அறுபது வயதுப் பெரியவன் தன்னை அழைத்துப் போய்ப் போஷித்ததை அவசியம் சொல்லியாக வேண்டும். மாலை நேரத்தில் நிறைய தின்பண்டங்கள் வாங்கி வந்து தின்னத் தந்து, குளிக்கச் செய்து, நல்ல ஆடைகள் கொடுத்து உடுக்கச் செய்துத் தன் வனப்பை மீட்டுருவாக்கம் செய்ததையும், இரவு சுடச்சுடச் சோறு தந்து உண்ணச் சொன்னதை, இரவு அவன் தன்னோடு படுக்கையில் படுக்க வைத்துக்கொண்டதை, நினைக்கக் கூச்சமாகவும், வெட்கமாயும், நாளாக நாளாக அவமானமாயும், ஒரு கட்டத்தில் வலிதருவதாயும், நீலகண்டன் ஏற்படுத்தின புண்ணின் ரணத்தைச் சொல்ல வேண்டும். சூடான சோற்றுக்கும், சுத்தமான துணிக்கும் பொறுத்துப் போகவும், சகித்துக்கொள்ளவும் சொன்ன தன் மனசை, தானே கடிந்துகொண்டதைப் பட்ட அவஸ்தையைச் சொல்ல வேண்டும். அவஸ்தையின் தொனி அதிகமாக, அதிகமாக ஒருநாள் நீலகண்டனை விட்டு ஓடியதையும், அவன்

ஊர்ச் சிப்பாய்களின் மூலம் தன்னைப் பிடிக்க வைத்ததையும், சிப்பாய்களில் ஆறு பேர் தானிய மூட்டைகள் போட்டு வைக்கும் கிடங்குகளில் தன்னை அடைத்து வைத்துப் பல நாட்கள் வன்புணர்ச்சியில் ஈடுபட்டதை, சிறுநீர் கழிக்க முடியாத அளவுக்கு, தான் வலியால் துடித்ததை, எப்போதும் இரத்தப் போக்காகவே தன் யோனி கிழிந்து தொங்கிப் போனதையும், பின்னர் தன்னைத் திருடி என்று சொல்லிப் பெண்கள் பலர் தன்னை பலாத்காரப் படுத்தித் தன்னோடு சேர்ந்ததையும், விடுதலையான பின்னர், ஒரு வீட்டில் வீட்டு வேலை, குழந்தைகளைப் பார்த்துக் கொள்ளுதல் போன்ற வேலைகள் செய்ததையும், எங்கேயும் ஆண்களுக்கு ஸ்தனங்களும் யோனியும் மட்டுமேகொண்ட பிண்டமாய், தான் காணப்பட்டதையும் நினைத்துப் பார்த்தால் ஐந்தரை அடி நீள, ஒன்றரை அடி அகல யோனியாகவே, தான் ஆகிவிட்டதாகவே தொடர்ந்து இரவுகளில் கனவு கண்டதையும், சொல்ல வேண்டும்.

இந்தச் சூழ்நிலையில் ஒருமுறை, தான் தாகத்தால் தவித்து சொட்டுத் துளியாகிலும் தேடி அலைந்துபோது, தான் அவனைச் சந்தித்தையும், வெடித்துப் பிளவுண்ட பாலை பூக்கும் வன்னிலத்தில், ஒரு துளி நீர் தனக்கு அருந்த இருந்தால்தான், தான் பிழைக்க முடியும் என்பதை, தான் சொல்லாமலே அவன் புரிந்துகொண்டதையும், அவன் தன் வில் அம்பினால் பூமியின் இருதயத்துக்குள் இருக்கும் ரசத்தைக் கொணர்ந்து தனக்கு அருந்தத் தந்ததையும், மறக்காமல் சொல்ல வேண்டும். மிகப் பல காலத்துக்குப் பிறகு, தான் சிரித்ததையும், சந்தோஷமும் மன ஊட்டமும் சிரிப்பு என்கிற ரச வின்னியாசத்தை மனிதர்க்குள் பொதிந்து வைத்துள்ளன என்கிற ரகசியத்தையும் சொல்ல வேண்டும் என்பதையும், அப்போதுதான் தான் நீண்ட நாட்களுக்குப் பிறகு, நினைவு தெரிந்த நாளாய், ஆகாயத்தைப் பார்த்ததையும், நிறைய நட்சத்திரங்கள் சின்னரொட்டித் துண்டுகளைப்போல சிதறிக் கிடந்தது என்கிற ஆச்சர்யத்தையும், உண்மையாகவே அந்த நட்சத்திரங்கள் ரொட்டித் துண்டுகளாகவே மாறி ரொட்டி மழையாகப் பொழிந்தால் எல்லோரும் பசியில்லாமல் புசித்து, அவரவர் சந்தோஷங்களைக் கொண்டாடிக் காற்றுபோலவும் புல்லாங்குழல் ஒலிபோலவும், காலையிலும், மாலையிலும், இரவுகளிலும், நீடிக்கும் இளம் வெதுவெதுப்பான சீவிய நுங்கு போன்ற குளிர்ச்சியை அடைகாத்துக்கொண்டு மரக் குடைகளின் கீழே ஜீவிக்கலாமே என்றெல்லாம் தானும் அவனும் பேசியதைச் சொல்ல வேண்டும்.

நாங்கள் இருந்த ஊருக்கு வெளியேயான சேரியின் மேல் எந்த வெறுப்பும் கோபமும் இல்லாமல் ஓடிய சிற்றாறும், அதன் பெயர் கங்கைகொண்டான் ஆறு என்றும், ராஜராஜ சோழனின் மகன் ராஜேந்திர சோழன் வெட்டிய ஆறு என்றும் அவன் தனக்குச் சொன்னதையும், "என்னத்துக்கு வேலை வெட்டி இல்லாமல், ஒரு மனுஷன் ஊர் ஜனங்களுக்கு அவர்களின் கைகளில் இருந்த கலப்பையைப் பிடுங்கிக் கத்தியும் வேலும் கொடுத்து வன்முறையாளராக்கி இன்னொரு ராஜ்ஜியத்தின் மேல் படையெடுக்க வேண்டும்" என்று கேட்டதற்கு, நம் ராஜாக்கள் மன நோயாளிகள் என்று அவன் சொன்னதைக் கேட்டுத் தனக்குச் சிரிப்பு சிரிப்பாய் வந்ததைச் சொல்ல வேண்டும். அந்த அழகிய சிற்றாறின் கரைகளில் பலவிதமான மலர்ச் செடிகள் இயற்கையாகவே பூத்துக் கிடந்ததையும் அவைகள் மிக்க நறுமணம் கமழ்வது எனகிற சூட்சுமங்களையும் அவனே எனக்குக் கற்பித்தான். வாசனையை முகர்வது என்கிற அழகிய அனுசரிப்பை முதன் முதலாக, தான் அவனிடமிருந்தே கற்றுக்கொண்டதை அவள் சொல்லியாக வேண்டும். இயற்கையாக வண்டுகள் ஓட்டை போட்டே மூங்கில்களின் வழி இனிய ஓசை பிறக்கிற, அதை மேலும் வளர்க்கக்கூடும் என்கிற வித்தையை நான் அவனுக்குச் சொன்னேன்.

தான் வளர்ந்து ஆளாகிய இத்தனை வருஷங்களுக்குப் பிறகுதான், அன்றுதான், தன் உடம்பின் மகத்துவத்தை, இனிமையை, உடம்புக்குள் இத்தனை தந்திகள் இருக்கும் சமாசாரத்தை அவன் தனக்கு உயிர்ப்பித்துக் காட்டினான் என்பதையும், தன் மேல் அந்த க்ஷணம் தனக்கே மரியாதை ஏற்பட்டதையும், தான் கண்ணியப்பட்டதை, இதுகாறும் அனுபவித்தறியாத மேன்மையை, தான் அன்று அனுபவம் கொண்டதாகக் கட்டாயம் சொல்லியாக வேண்டும். நேசிப்பதும் நேசிக்கப்படுவதும் அல்லாமல், இந்த உலகில் பிரிது ரசம் வேறு இல்லை என்பதையும் சொல்ல வேண்டும். என்றுதான் லாரா நினைத்தாள்.

அன்று சூரிய உஷ்ணம் மிகக் கடுமையாக இருந்தது. வானம் பற்றி எரிவது போன்றும், அதன் ஜுவாலை மண்ணின்மேல் வீசுவதும்போலவும் காற்று அனலைக்கசக்கிய படி இருந்தது. கடந்த இரண்டாயிரம் ஆண்டு காலத்தில் இத்தகு வெப்பம் காணுமாறு இல்லை என்று மக்கள் பேசிக் கொண்டார்கள். எல்லோரும் புத்தாடை பூண்டு, வெற்றிலை பாக்கு கள கஸ்தூரிப் பரிமளத் தாம்பூலம் அணிந்து பணிகை நாளைக்கொண்டாடுவது போன்ற

ஆனந்தத்துடன் காணப்பட்டார்கள். பெண்களும் குழந்தைகளும் திரண்டு வந்து குழுமி இருந்தார்கள். சதுக்கத்தைச் சுற்றிலும் கூரிய கற்கள் வசதியாகக் கொட்டி வைக்கப்பட்டிருந்தன. கொலைத் தண்டனைக்குள்ளானவர் கொண்டு வந்து நிறுத்தப்பட்டதும், ஜனங்கள் இக்கற்களைக்கொண்டு மகிழ்ச்சியுடன் கொலை புரியலாம் என்ற ஏற்பாடு. சமயங்களில் அரசாங்கம் இப்படி சிறப்பாக செயல்பட்டு விடுவதாக மக்கள் பேசிக்கொண்டார்கள். பெண்கள் தங்கள் தலைகளிலும், தோள்களிலும் நாகம் குடிபுகாத தாழம் பூக்களை அணிந்திருந்தார்கள்.

சரியாக உச்சி வெயில் நேரத்தில், காவலர் மற்றும் ஏவலர் புடைசூழ லாரா, கை மற்றும் கால் விலங்குகளுடன் சதுக்கத்துக்குக்கொண்டு வரப்பட்டாள். வெயில் கிரணம் காரணமாகக் கண்களைச் சுருக்கிக்கொண்டு, சுற்றி நிற்கும் மக்களைப் பார்த்தாள். அவர்களின் கைகளில் உள்ள கற்களையும் அவள் கவனித்தாள். அவள் கண்கள் சுற்றும் முற்றும் அவனைத் தேடின. அவன் அங்கு வந்திருப்பான் என்று அவள் நினைத்தாள். வர வேண்டும் என்று அவள் விரும்பினாள்.

சற்று நேரத்தில், இனியன் III. தன் பாதுகாப்பு படைவீரர்களுடன் சதுக்கத்துக்கு வந்து சேர்ந்தார். தன் பிரஜை, தன் குடிமகள் கல்லடிப்பட்டுச் சாவதைக் காண்பதில் தனி ரகமான மகிழ்ச்சி இருப்பதை மன்னன் என்ற முறையில் அவன் அறிவான். அவன், அவன் மனைவிகள், மற்றும் சில வைப்பாட்டிகள் என்று மன்னன் சுற்றம் வந்து, அவர்களுக்கென்று அமைக்கப்பட்ட நிழல்கூடாரத்தில் அமர்ந்தார்கள். இசைக் கலைஞர்கள், தம் திறமை வெளித்தோன்ற தங்கள் கருவிகளை இசைக்கலானார்கள்.

தம் சுற்றம் வந்து விட்டதை உணர்ந்து, இனியன், தன் படைத்தலைவனிடம் "ஆகட்டும்" என்றான்.

படைத்தலைவன் முன் வந்து மக்களைப் பார்த்து, "நம் மன்னர் பெருமானாய் நேசிக்கப்படும் நம் ஊழ் அமைந்த மக்களே! இதோ, இந்த அறம் பிசகிய, விபசாரம் புரிந்த குற்றவாளியான லாராவின் மேல் கல்லெரிந்து, அவள் சாகு மட்டும் அவளைக் கொன்று நீதியைப் பிழைக்க வைப்பீர்களாக, இது மன்னர் III இன் உத்தரவு" என்றான்.

மக்கள் ஆக்ரோஷத்துடன், கல்லெறியத் தொடங்கினார்கள். முதல் கல்லும், அடுத்தடுத்த கற்களும் சரியாக குறி பிசகாமல்

பிரபஞ்சன் | 135

மன்னன் இனியன் III-இன் தலையைப் பொடியாக்கின. நெற்றி உடைந்து, தலை சிதறி அவன் கீழே மண்ணில் சரிந்தான். அடுத்தடுத்து அவன் மனைவிகள், வைப்பாட்டிகள், காவலர், ஏவலர் அனைவரும் இரத்தக் குழம்பானார்கள்.

சூரியனின் உஷ்ணம் கொஞ்சமும் குறையாமல், அப்படியே இருந்தது.

2003

வனம் போனவன் கதை

சுப்பன் என்ற சுப்ரமணி, வனத்துக்குப் போவது என்று முடிவெடுத்தான். அதற்கு அவனுக்குத் தெரிந்த ஒரு காரணம், அடிக்கடி, ஒரு பறவை, அவனையே, அவன் தலைக்கு மேல் சுற்றிச் சுற்றி வந்து புறப்படு புறப்படு என்று சொல்லியது. இதை அவனுக்கு மிக நெருங்கிய சினேகிதக்காரனாக இருந்த குப்பனிடம் சொன்னான்.

குருவி அடிக்க என்னத்துக்கு வனம் போகணும். குறவர்களிடம் சொல்லி வைத்தால், உல்லான், கொக்கு, கவுதாரி, காடை, கானாங்கோழி, எல்லாம் கிடைச்சுட்டுப் போறது. கறிகளிலேயே உல்லான் கறிதான் ஒஸ்தி என்று அவன் சொன்னதைக் கேட்டு, அவன் மனம் ஒடுங்கிப் போனான். யாருக்கும் அவன் சொல்வதை வாங்கிக் கொள்ளும் பக்குவம் இல்லை.

போகட்டும். இதுக்காகவெல்லாம் அவன் மனம் சுருங்கிவிட முடியாது. இது ஒன்றும் புதிது அல்ல. அவன் குடும்பத்தில் இவன் மாதிரி பித்துள்ளவர்கள் நிறைய பேர் இருந்ததாக அவன் கேள்விப் பட்டிருந்தான். தொண்ணூற்று ஏழு வயதில் காலராவில் செத்த அவன் பாட்டியொருத்தி, கதை கதையாய்ச் சொல்லி இருக்கிறாள். அவள் சின்ன மாமனார், திடுமென வேஷ்டியை அவிழ்த்து எறிந்து, கௌபீண தாரியாக வனம் போனதாக அவள் சொல்லியிருக்கிறாள். இராமலிங்க சாமி பைத்தியம் அவருக்கு. அருமையாக அருட்பா, திருவாசகம், பட்டினத்தார் எல்லாம் பாடுவாராம். கோயிலில், பிராகாரத்துத் தூணில் சாய்ந்துகொண்டு, மேலே பார்த்துக்கொண்டு உட்கார்ந்து இருப்பாராம்.

கொழுந்தன் இப்படி ரெண்டும் கெட்டானாக இருப்பது கண்டு அவர் அண்ணன் மனைவி, பாட்டியின் ஓரகத்தி, என்னமோ, சொல்லி இருக்கிறாள். மூத்தது மோழை. வியர்வை சிந்தி உழைப்பதை இளையது சமத்து உட்கார்ந்து தின்கிறது என்பதாக ஏதோ பேச்சு. அவ்வளவுபோதும். அந்தப் பேச்சில், சின்ன மாமனாருக்குக் கண் திறந்தது. அழைப்பு வந்து விட்டது. அந்த க்ஷணமே, எழுந்தார். “விட்டதடி ஆசை விளாம்பழத்து ஓட்டோடே” என்றாராம். புறப்பட்டு விட்டார், கையில் ஓடுகூட இல்லை. அண்ணி காலில் விழுந்து அழுது இருக்கிறாள். “கறந்த பால் முலை புகாது அண்ணி” என்றார். அவ்வளவுதான். ஊர் கூடி, எல்லைவரை பின் தொடர்ந்தது. வனம் புகுந்ததைக் கண்டது, மீண்டும் அவரை யாரும் பார்த்தது இல்லை.

அந்தக் காலத்தில் நிஜ சாமியார்கள் இருந்தார்கள். பாட்டி சொல்வாள், “இப்ப வர்ற சாப்பாட்டுத் தடியன்கள்” இல்லை. உண்மையான சாமிகள். அவள், கழுத்து நிறைய தொங்கத் தொங்கத் தாலி கட்டிக்கொண்டு இந்த வீட்டுக்குப் புகுந்த சமயம் அது. மூன்றாள் நாள். மாங்கல்யத்தில் புது மஞ்சள் கருக்கும் போகாத அந்தச் சமயம், மதிய நேரம். சாப்பிட்டுச் சமையல் அறை வாசலிலேயேப் படுத்திருக்கிறாள் பாட்டி. கண் சொருகி, அரைத் தூக்கம். ஏதோ நிறம் தெரியாத கனவு. பாலகிருஷ்ணன் மாதிரி, நீல வண்ணக் குழந்தை ஒன்று அவள் மேல் ஊர்ந்து வருவது மாதிரி, ஒரு கனவு. “தாயே” என்று ஒரு குரல் வெளியிலிருந்து அழைக்கும் ஒலி. வாரிச் சுருட்டிக்கொண்டு வெளியே வந்து பார்க்கிறாள். ஒரு சாமி குள்ளமாய், தாட்டியாய், ஆறடி உயரக் கோல் ஒன்றைப் பிடித்துக்கொண்டு நின்றதாம்.

“உன் கையால் சோறு போடு” என்று யாசகமாக அல்ல, உத்தரவாகக் கேட்டதாம் அது. வீட்டில் கணவர் இல்லை. என்றாலும் என்ன? விருந்துக்கு மாற்று மருந்தும் இல்லை என்பது சொல்லடை. செம்பு நீர் கொடுத்துக் கை கழுவச் சொல்லி, இலை போட்டுச் சோறு வட்டித்திருக்கிறாள் பாட்டி. சாப்பிட்டு முடித்து, “தாயி... ஊரில் வீடு இல்லாமல் இல்லை. சோறு கிடைக்காமல் இல்லை. நமக்கு மண் எல்லாம் திருநீறு. உனக்கு வாக்கு சொல்லணும்னு எனக்குக் கட்டளை. அதுக்காக இம்மாந் தொலைவு வந்திருக்கேன். வெள்ளி தவறாமே நாகபூஜை பண்ணு. உனக்கு நாகதோஷம் இருக்கு. உனக்கில்லை, உன் புருஷனுக்கு. எல்லாம் சரியாயிடும். வீட்டுல வாழை மரம் எப்பவும்

இருக்கட்டும். வாழ வைக்கிற மரம். ஞாபகம் இருக்கட்டும்" பாட்டியின் பிரமை தெளிந்து பார்க்கையில் சாமி காணாமல் போயிருந்தது.

முதல் தலைச்சன் சாமிநாதன் பிறந்த பதினாறாம் நாள் தாத்தா வயலில் இருந்து, அந்தி சாயம் நேரம் திரும்பிக்கொண்டிருந்தார். பெருமூச்சு விடும் சப்தமும், உளுந்து வாசனையும் ஒரு சேர வந்ததாம். காலில் சுரீர் என்று நெருப்பு சுட்டாற் போன்ற வலி. புரிந்து விட்டது தாத்தாவுக்கு. வாழைச்சாறு பிழிந்து கொடுத்துத் தேற்றினார்களாம் தாத்தாவை.

இதற்குப் பிறகு, வீட்டில் சாமியார்களுக்கு மரியாதை கூடிவிட்டது. பாட்டியின் சின்ன மாமனார் என்றில்லை, சுப்புவின் தாய்மாமன் ஒருத்தன், கல்யாணம் ஆன மூணாம் நாள் சம்சாரம் அனாசாரம் என்று முணுமுணுத்தான். மோட்டு வளையைப் பார்த்தபடி. இரவு முழுக்கத் தூங்காமல் விழித்தபடி இருந்தான். வீட்டு வாசலில் வெளிச்சம் விழுந்ததும், எழுந்தான். தலையில் ஊற்றித் தலைமுழுகிறான். முழுகினேன், விழித்தேன், என்றான். வனம் நோக்கிச் செல்லத் தலைப்பட்டான். "பெண்ணுக்கு என்னடா வழி" என்றார் அப்பா. விதி. இட்டமுடன் அவள் தலையில் இன்னபடி என்று எழுதிய சிவன் செத்துவிட்டானோ என்றபடி வனம் போனவன், பிறகு திரும்பவே இல்லை.

அவர்களுக்கும் ஒரு பறவை, இப்போது சுப்பனைச் சுற்றுவதுபோலச் சுற்றியிருக்கும். இந்தப் பறவை, கரியநிற முடையது. அலகு மாத்திரம், சிவந்தும், கண்களைச் சுற்றிய மஞ் சள் கோடுகளோடும், விரிந்த சிறகில் வெள்ளைப் புள்ளிகளோடும் இருந்தது. அதன் கால்களில், பொன் துகள்கள், எப்போதும் கசிந்து காற்றில் பரவிய படியே இருந்தது. அது பொன்னுலகத்திலிருந்து வருவதால், அதன் கால்களில் பொன்துகள் கட்டிக்கொண்டிருக்க வேண்டும் என்று அவனுக்குத் தோன்றியது.

முதன் முதலில், இது எப்போது அவனுக்குக் காட்சியளித்தது என்பது அவனுக்கு நன்றாக ஞாபகம் இல்லை. முன்பெல்லாம் (இப்போதும்கூட) அவனுக்கு இரவு தோறும் கனவுகள் வந்துகொண்டே இருந்தன. அந்தக் கனவுகள், பருவம் தோறும் மாறிமாறி வந்துகொண்டிருந்தன. கல்யாணத்துக்கு முன், அவனுக்கு வந்த கனவுகளில், நிறைய பெண்கள் வந்தார்கள். பெண்கள் பலர் என்றாலும் அவர்கள் முகம் ஒன்றாகவே இருந்தது. ஒரு முகம் திங்களூரில் அவர்கள் இருந்தபோது, எதிர்வீட்டில்

குடியிருந்த புரோகிதர் வீட்டுப் பெண் பத்மாவதி. புரோகிதர் மேல் திருட்டுக் கேஸ் ஒன்று வந்தது. கோயில் நகைகளைக்கொண்டு, முதல் இரு பெண்களின் கல்யாணத்தை முடித்தார் என்பது வழக்கு. வழக்கில் எந்த அளவு உண்மை இருக்கும் என்பது தெரியவில்லை. ஆனால், காலம் நேரம் இல்லாமல், நள்ளிரவு நேரங்களிலும் போலீஸ்காரர்கள் வந்து தெருவை, ஆகாயத்தை நாற அடித்தார்கள். குருக்கள் வீட்டு அம்மாள், தலைவிரி கோலமாக தெருவுக்கு ஓடி வந்து, மண்ணை வாரி வெளியில் தூவி, ஆக்ரோஷமாகக் கத்தினாள்.

"வெளங்குவிங்களாடா நீங்கல்லாம். ஐயோன்னு போவீங்கடா. உங்க குலம் விளங்காதுடா...

உங்க கர்ப்பத்துல குழந்தை தங்காதுடா" என்று.

சாபம் இட்டுத் தரையில் சரிந்தாள். தரை கிரீச்சிட்டுக் குலுங்கியது. மறுநாள் காலையில் எதிர்வீட்டில் களேபரமாக, என்னவென்று அறிய, சுப்பு மாடியின் மேல் ஏறி நின்று பார்த்தான். குருக்களின் ஐந்து பெண்களும், குருக்கள் மனைவியும், குருக்களும் எதையோ தின்று செத்துப் போனார்களாம். ஏழு பேர். ஒரே சமயத்தில் ஏழு உயிர்கள், கட்டையாக மயானம் நோக்கிப் போவதை சுப்பு மாடியில் நின்று பார்த்துக்கொண்டிருந்தான். ஊஞ்சலில் படுத்துக்கொண்டு உறங்குபவள்போல இருந்தாள் பத்மாவதி. வாடல், வதங்கல் இல்லை. கன்னத்தில் மட்டும் கீறல் இருந்தது. இரத்தம் கட்டிச் சிவந்து இருந்தது. மார்புப் பிரதேசத்திலும் அவர்கள் கடித்ததாகச் சொன்னார்கள். சூரியன், கிழக்கிலிருந்து மேற்கில் சென்று மறையும் வரைக்கும் மாடியிலேயே நின்றுகொண்டிருந்தான் சுப்பு. அவன் அம்மா, வந்து அவனைக் கீழே அழைத்துச் சென்றாள்.

அதன் பிறகு, அந்தப் பறவை அவன் கனவில் வரத் தொடங்கியது. அது வனத்திலிருந்துதான் வந்தது. மேற்கில் இருந்து, வடக்கு நோக்கிப் பறந்து சென்றது. முதலில் அதன் வெண்புள்ளியிட்ட சிறகுகள்தான் அவன் சொப்பனத்தில் தெரிந்தது. யமதிசை நோக்கி அது பறக்கப் பறக்க, பறவை அவனாக மாறி இருந்தது. அவனே பறந்துகொண்டிருந்தான். அவன் இரு கைகளும் சிறகாக மாறிப் போயிருந்தன. அப்புறம், அவன் பக்கத்தில், பத்மாவதியும் பறந்துகொண்டிருந்தாள். அவளுக்கும் இரண்டு நீல நிறச் சிறகுகள் முளைத்திருந்தன. இரண்டு பேரும் பட்சிகள்போல அவர்கள் பறந்துகொண்டிருந்தார்கள். வானத்தனி விளிம்புகளில்

பறந்துகொண்டு, வனத்துக்குள் சென்று மறைந்தார்கள் அவர்கள்.

சுப்புவுக்குக் கல்யாணம் நடந்து முடிந்திருந்தது. நிறைய எண்ணெய் பூசிய, மினுங்கலுடன்கூடிய, படியத் தலைவாரி முடிக்கிற, எப்போதும் புளியங்கொட்டை நிறத்தில் புடவை உடுத்துபவளான செங்கேணி அவன் மனைவியாக வாய்த்தாள். செங்கேணி என்பது, செங்கழுநீர் (மலர்) என்பதன் மரூஉ. மலரை எந்தப் பெயரிலும் வழங்குவார்கள் போலும் மக்கள். சுபாவத்தில், மிகவும் விட்டேத்தியாக இருந்தாள், செங்கேணி. எதிலும் பூரித்துப் பொங்கி வழிதல் இல்லை. அதே சமயம், உம்மணா மூஞ்சியும் இல்லை. கேட்டார்க்குப் பதில் சொல்வாள். காய்கறி வாங்கிப் போட்டால் சமைப்பாள். காபி என்றால் காபி வரும். சும்மா ஒழிந்த வேளைகளில் அடுக்களை வாசல் படியில் தலையசைத்துப் படுத்திருப்பாள். அல்லது நடுவாசல் படிக்கட்டில் அமர்ந்து, ஆகாயத்து மேகங்களின் அசைவுகளைப் பார்த்துக்கொண்டு நேரத்தைக் கழிப்பாள். அண்டை அசல் பெண்களோடு பேசுவது இல்லை. புருஷனுக்கேத்த பேசாப் பெண் என்று அவளைச் சொன்னார்கள். இது. சுப்புவுக்குச் சௌகர்யமாக இருந்தது. அப்புறம் அதனுடன், அல்லது அவள் சுப்புவுடன் பேசுவது என்பது இல்லை. திட்டமிட்டு நடந்தது இல்லை. அவ்வாறு நேர்ந்து விட்டது. மர ஆசாரியிடம் வேலை பார்த்தான் சுப்பு. சுயமாக வேலை கற்றுக்கொண்டு மேசை, நாற்காலி, பீரோ கட்டில் என்று பொருள்களை, ஆர்டரின் பேரில் செய்து தந்தான். இரண்டாவது பெண் பிறந்தது. பத்மா என்று பெயரிட்டான். மூத்தவன் சோதி. பையன், படு சுட்டியாக இருந்தான். வயசுக்கு மீறிய முதிர்ச்சி, பேச்சு, செயல் என்று எதிலும். பையனைப் பள்ளிக்கூடத்தில் போட்டார்கள். அந்த வருஷம், கோடை விடுமுறையுடன், வைசூரியும் ஊரில் கோரத் தாண்டவம் நிகழ்த்தியது. இரண்டு நாள் இடைவெளியில், சோதியும், பத்மாவும் குளிர்ந்து போனார்கள்.

சுப்புவுக்கு வேலை செய்ய முடியாமல் போய்விட்டது. ஒரு கடை வைத்துக்கொண்டு உட்கார்ந்தான். மரச் சாமான்கள் விற்கும் கடை. கடையின் வாசல், வனத்தைப் பார்த்து இருந்தது. அவன் திட்டம் இடவில்லை. அப்படி நேர்ந்துவிட்டது.

வனத்தைப் பார்த்தவர்கள் யாரும் இல்லை. ஆனால் அதைப் பற்றிய கதைதான் நிறைய உலவின. அவை பொய்யில்லை எனும்படி வனத்துக்கு முன்னால், பெரும் நிலப்பரப்பு. நூறு, ஆயிரம், லட்ச ஏக்கர் நிலப்பரப்பில் சமதளமாக இருந்தது.

புல்லும், காட்டுச் செடிகளும் அடர்ந்து இருந்தன. விவசாயத்துக்கு உகந்த பூமியாக இருக்கலாம் எனினும் உறுதி செய்ய முடியாது. யாரும், உழும் முயற்சியை மேற்கொள்ளவில்லை. மழையும் கொஞ்சம் கொஞ்சமாக பொய்த்துப் போய்க்கொண்டிருந்தது. ஏரி, குளம், வாய்க்கால், எல்லாம் ஒரு காலத்தில் இருந்தன. மழை இன்மையால், அவை காய்ந்து வெடித்துத் தூர்ந்து போய்க் கிடந்தன. புதுசாகப் பதவிக்கு வந்தவர்களில் பலர், அவற்றின் மேல் வீடு கட்டிக்கொள்ள வாய்ப்பாக நிலமாக விற்றார்கள். சின்னச் சின்னதாய் நகர்கள் உருவாயின. நிறைய வண்ணங்களில் கொடிகள் பறக்கத் தொடங்கின. நிலத்தின், வெகு தூரத்துக்கு அப்பால், ஒரு பெரும்பிலம் இருந்தது. பள்ள பூமி. நிறைய குகைகள் போன்ற, இடங்கள் இருந்தன. அந்தப் பிலத்தில்தான் வாலியும், இராவணனும் பல நாட்கள் யுத்தம் புரிந்தார்கள் என்று கோயில் குருக்கள் சொன்னார். யாரும் அதை நம்பத் தயாரில்லை என்பதை உணர்ந்தவர். இப்போதெல்லாம் வாய்க்குள் மந்திரங்களை முணுமுணுக்கிறார். அந்தப் பிலத்தில் ரிஷிகள், தவம் இருந்தார்கள் என்றும் மக்கள் நம்பினார்கள். பிலத்தையொட்டி, ஒரு பெரும் அருவி வீழ்ந்தது. பச்சை பசேலென்ற ஒரு செங்குத்தான பள்ளமும், அதன் முடிவில் ஓர் ஊரும் இருந்தது. ஊரார்கள், பசு மேய்த்து ஜீவனம் செய்தார்கள். சிலர், கள்வர்கள்.

வலப்புறமாக வனம் தொடங்கியது. பல ஆயிரம் கல் சுற்றுத் தொலைவில் வனம் இருந்தது. உள்ளே, ஆயிரம் காலத்து மரங்கள், பட்சிகள், ஒட்டகம், எருமைகளை விழுங்கும் மலைப்பாம்புகள் எல்லாம் சாதாரணமாக அங்கே சஞ்சாரம் செய்கின்றதாய் பேச்சு இருந்தது. அந்த வனத்தின் நெருக்கத்தை உணர்ந்து, பாட்டு கட்டும் ஒரு நாட்டுப் புலவன் “ஈ புகுந்தால் இறகொடியும் இண்டம் இருட்காடு” என்று எழுதினான் என்றும் பாட்டி ஒருமுறை சொல்லி இருக்கிறாள். அந்த வனத்துக்குள்தான் மாரியம்மன்கூட தங்கி வாழ்கிறாள் என்று பாட்டி சர்வ நிச்சயமாகச் சொன்னாள். ஒருமுறை மாரியம்மா வனம் விட்டு வெளிவருவதை ஊரே பார்த்திருக்கிறது. முன்னம், அதுவரை ஊர் கேட்டிராத மாபெரும் பேரோசை எழ, ஜனங்கள் அவரவர்கள் இடம் விட்டு, தெருவில் கூடி நின்று வனத்தின் பக்கம் பார்த்திருக்கிறார்கள். தேஜோமயமாக ஒளிப் பிரகாசம் வனத்தின் மேல் எழுந்து நின்றது. இரண்டு மூன்று பனை மர உயரம்கொண்ட ஒளியாக இருந்தது அது. கண்ணைப் பறிக்கும் வெளிச்சமுடன் ஒரு பெண் மஞ்சள் சேலை உடுத்தியிருந்ததாகப் பாட்டி சொன்னாள். – வனத்திலிருந்து

வெளிப்பட்டாள். ஜனங்கள் அவள் கையில் இருந்த சூலாயுதத்தின் வெளிச்சத்தால் கண்கள் குருடாகிவிடும் எனப் பயந்து வீட்டுக்குள் ஒளிந்துகொண்டார்கள். அந்த வருடம்தான், ஊரில் வைசூரி தாண்டவம் ஆடியது. குழந்தைகள், பெரியவர்கள், பெண்கள் ஏகத்துக்கும் குளிர்ந்து போனார்கள். அப்புறம்தான் ஊரார் சேர்ந்து, அம்மனுக்குக் கொடை நேர்ச்சி பண்ணிக்கொண்டார்கள். அதன் மூன்றாம் நாள், பிரளயம் வந்தது.

விடியலில், கிழக்குத் திசையைப் பார்த்தவர்கள் ஆச்சர்யம் கொள்ள நிற்கிறார்கள். மஞ்சள் சுண்ணாம்பு கலந்த ஆலத்தின் வண்ணத்தில் மிளிரும் கிழக்கு வானம் இருண்டு கிடந்தது. மழை வரும் என்று நினைத்துக்கொண்டார்கள். அதற்கான முஸ்தீபுகளில் இறங்கினார்கள். கீழ்த் திசைகளிலிருந்து கருமை கொஞ்சம் கொஞ் சமாக வளர்ந்தும், படர்ந்தும் வானம் எங்கணும் வியாபிக்கத் தொடங்கியிருந்தது. அதோடு, காற்று, கீழ்ச் சட்சமத்தில் தொடங்கியது. லேசாகத் தென்றல் என்று சொல்லத் தக்க விதத்தில் இருந்தது. பகல் முழுக்கச் சூரியன் காணாமல் போயிருந்தான். இருட்டு, ஊரைக் கவ்விக்கொண்டது. மதிய நேரத்திலேயே, வீட்டுக்குள் காவிளக்கை வைத்துக்கொண்டிருந்தார்கள் ஜனங்கள். மாலை நெருங்க, அதுகாறும் அவர்கள் காணாத பேரிருள் அவர்களை ஆட்கொண்டது. காற்று, பஞ்சம ஸ்ருதியில் நின்று, கொஞ்சம் கொஞ்சமாக மேலேறிக்கொண்டிருந்தது. தென்னை, பனை, அரசு ஆல் போன்ற உயர்ந்த விருட்சங்களின் தலைகள் ஆடத் தொடங்கின. அந்தகாரம் என்று சொல்லத்தக்க ஏதோ ஒன்று ஊரை, வெளியை, எங்கும் போர்த்தியது. ராத்திரிச் சாமம் நெருங்க நெருங்க, ஏதோ ஒரு விபரீதம் நடக்கப் போகிறது என்ற எண்ணம் எல்லோர் மனதிலும் ஏற்படத் தொடங்கியிருந்தது. தொழுவில் கட்டியிருந்த மாடுகள் அலறின. ஆடுகள் சப்தம் எழுப்பாமல் முடங்கின. திடுமென பேய்கள் சேர்ந்து ஊளையிடுவனபோல காற்று சீறிச் சத்தத்துடன் முழங்கியது. ஊரை, ஒரு நெம்புகோல் புரட்டிப் போட்டு விடும்போல, காற்று ஊர் வீடுகளை நெருங்கியது. படபடவெனக் கல்லெறிவதுபோல மழைத்துளிகள் வீடுகளின் மேல் பாய்ந்தன. பின்பு இடித்தன. தொடர்ந்து இடிச் சத்தமும், மின்னலும் கண்களைக் குருடாக்கின. மின்னலில் இருந்து தெறித்து விழும் பொறிகள் ஊரை எரிக்குமோ என்று எண்ணத் தோன்றியது. இரவில் தொடங்கிய மழை, தொடர்ந்து காலையிலும், மதியத்திலும், இரவிலும் தொடர்ந்தது. ஜனங்கள், பீதியும், அச்சமும், பசியும் பூசிய முகத்தோடும், கதவைத்

திறந்து வெளியே பார்த்தார்கள். சின்னஞ்சிறிய குடிசைகள், நீரில் மூழ்கி இருந்தன. மெத்தை வீடுகளின் தரைத்தளம் நீரால் சூழப்பட்டிருந்தது. பாயையும், கந்தலையும் சுற்றிக்கொண்டு, ஜனங்கள் அலங்க மலங்க அலைந்தார்கள். அடுப்புகள் எரிய மறுத்தன. நீர் அற்ற சுள்ளிகள் அரிதாகி, கணப்புக்கும் எரிப்புக்கும் பயன்படாது ஒழிந்தன. தரையில் ஜலமும், ஆகாயத்தில் காற்றுமாகி, மனிதர் தாங்க முடியாத ஊதல், சிதறக் காற்று கிளம்பி அலைக்கழித்தது. பாம்புகள், சுவரேறிக் களைத்து மீண்டும், நீருக்குள் விழுந்தன. பல செத்து விழுந்தன.

வயதான, சீக்காளியரான ஜனம் மழையின்போது செத்தார்கள். மார்பில் ஒட்டிக்கொண்டு முதலில் உறக்கத்திலும், பின்னர் மயக்கத்திலும் ஆழ்ந்து குழந்தைகள், சில உயிரை விட்டன. ஜனம், குடி நீருக்கும், கவளச் சோற்றுக்கும் நாயாய் அலைந்தது. ஒரு துண்டு உணவுப் பொருள், பந்த பாசம், அன்பு, மனிதப் பிணைப்பு எல்லாவற்றையும் விடவும் உயர்ந்ததாகத் தோன்றியது. மனிதர்கள், முகம் மாறிப் போய், வேறு யாராகவோ காட்சித் தந்தார்கள். செத்த ஆடுகள், மாடுகள், கன்றுகள் நாற்றம் காற்றில் பரவி, வாயிலெடுக்கச் செய்தது. நிலம் பார்க்கப் போனவர்கள், முட்டி ஜலத்தில் நின்று தமது பூமி, கழனி, நன்செய், புன்செய் எது, எவை எனக் குழம்பி திகைத்து நின்றார்கள், ஒப்பாரிகள், பசியோடும், ஆக்ரோஷத்துடனும் எழுந்து காற்றின், மனசாட்சியைக் குலைத்துத் திருகியது. பறவைகளின் சத்தம் கேட்க முடியவில்லை. தண்ணீரின் ஒரு திசையில், இறக்கை உள்ள பறவைகள் உயிரற்று மிதந்து போயின. சேற்றுக் குரவைகள், விறால்கள், புதியபூமியின், பழைய சேற்றுப் பரிச்சயம் அற்றுக் குழம்பின. வானத்தோடு பேசிக் குலாவி வளர்ந்த சமதளத்து மரங்கள், வேர் தெரிய மல்லாக்கச் சரிந்து கிடந்தன. ஆணி வேர்களின் பசிய மண் வாசனை, காற்றில் மிதந்து கரைத்து, மறந்து போன மண்ணின் வாசனையை ஜனங்களுக்கு நினைவுபடுத்தின.

ஜனங்கள், ஒரு சேர வெளியில் கூடி, மழையும் காற்றும் போகும் திக்கைப் பார்த்தபடி நின்றார்கள். மழை, கறுப்பாக, கருமேகமாக, வானத்துக்குள் ஒரு திட்டாகத் தன்னை மாற்றிக்கொண்டு, வனத்துக்குள் பொய்ப் புகுவதை கண்டார்கள்.

மரப்பொருள்களில் உட்கார்ந்து, சுப்பு, பல குருட்டு யோசனைகளில் ஆழ்ந்திருக்கிறான். யோசனைகளில் குருட்டு யோசனை என்றோ, விழிப்புள்ள யோசனை என்றோ,

இரண்டு விதமாக இருக்கிறதா? இல்லை. யோசனைகளே, மனக்கிடங்குக்குள்ளிருந்து வெளிவரும் வெள்ளைக் குதிரைகள். இந்தக் குதிரைகள், சேணம் விரும்பாதவை சேணத்தை வெறுப்பவை. தறிகெட்டு ஓடுபவை. மேலே மின் விசிறி சுழன்றுகொண்டிருந்தது. செங்கேணி, இந்நேரம் என்ன பண்ணிக்கொண்டிருப்பாள்? மதியம் சாப்பாட்டுக்கு ஏற்பாடு செய்துகொண்டிருப்பாள். என்ன பெரிய விருந்து? குழம்பு, ஒரு கூட்டு, அல்லது பொரியல். எப்போதாவது போனால் போகிறது என்று ஒரு ரசம். இதுக்கென்ன பெரிய மெனக்கெடல்? செய்து முடித்து டிபன் பாக்சில் போட்டு வைத்துவிட்டு, சமையல் அறையில் கதவு படியில் தலை வைத்துப் படுத்துவிடுவாள். கூடைப் பையன், போய் நின்று, கதவைத் தட்டினால் டிபன் பாக்சைக் கொடுத்துவிட்டு, மீண்டும் தூக்கம் தொடரும். எப்படி ஒரு மனுஷி தூங்கிக்கொண்டே இருக்க முடியும்? தூக்கமாக இருக்க முடியாது? நினைவுச் சரத்தைக் கண்ணை மூடிக்கொண்டு, மீண்டும் பிரக்ஞை தளத்துக்குக் கொண்டு வந்து மனசுக்குள் நிகழ்ப்படமாக்கும் ஒரு யத்தனம். ஞாபகக்கிணற்றைத் தோண்டும் முயற்சி. கடந்து போன வாழ்க்கையை, மீண்டும் பரிசீலனை செய்தல், இப்படியாக தன் பொழுதைச் செலவிடுவாள் போலும். சுப்புவுக்கு, தான் அவளைப் பற்றி நினைப்பதுபோல், அவள் தன்னைப் பற்றி நினைப்பாளா என்று யோசனை அடிக்கடி வரும். நினைக்கிறாள் என்பதுக்கு எந்தத் தடமும் இல்லை என்பதுபோல நினைக்கவில்லை என்பதுக்கும் எந்தச் சான்றும் இல்லை.

விசித்திரமாகவே இருக்கிறது. செங்கேணி, அவன் வாழ்வுக்குள் வந்த விசித்திரம். அம்மாதான், பிள்ளைக்குக் கல்யாணம் பண்ணி வைக்க ஆசைப்பட்டாள். சுப்புவுக்கு ஆசை இல்லை என்று சொல்ல முடியாது. அடிக்கடி பத்மாவதி நினைவில் வந்தாள். கனவில் தொடர்ந்து வந்துகொண்டுதான் இருந்தாள். அவளுடன், அவன் மனசுக்குள் குடித்தனமே நடத்தினான்.

அம்மாவுடன் அவன் புறப்பட்டான். வெளுத்து வந்த கஞ்சி போட்ட முறுக்கான சட்டையும், வேஷ்டியுமாகத்தான் சுப்பு புறப்பட்டான். சுண்ணாறு தாண்டி, ஆற்றங்கரை வழி நடந்தால், இரண்டு கல் தொலைவில் அல்லிக்குளம் வந்துவிடும். அந்தக் காலத்து விளக்குத் தூண் ஒன்று இப்போதும் இங்கே இருக்கிறது. மின்சாரம் வந்த பிறகும், வராத அந்தக் காலத்தின் மிச்சம்போல அது இருந்தது. அந்த இரும்புத் தூணிடம் சொல்வதற்கு நிறைய கதைகள் இருக்கும் என்று அவனுக்குத் தோன்றியது. தெருத்

பிரபஞ்சன் | 145

திரும்பி ஊருக்குப் மேற்கால், மண் ரஸ்தா. மாட்டு வண்டிகளும், ஜனப் பாதங்களும் மிதித்து மிதித்து மண் ரஸ்தா, திருநீறு கொட்டிக் கிடக்கும்போல ஆகியிருந்தது. திருவொற்றியூர் பற்றி பட்டினத்தார் இப்படித்தான் நினைத்தார். அங்கே வாவியெல்லாம் தீர்த்தம், மணல் எல்லாம் வெண்ணீறு. எங்குதான் வெண்ணீறு இல்லை? எதுதான் வெண்ணீறு இல்லை?

தெருமணல், அதிகம் அழுக்கப்படாமல், சுத்தமாக இருந்தது சுப்புவுக்குப் பிடித்திருந்தது. மணல் ரஸ்தா முடியும் இடத்தில் இடப்புறம் ஒரு தெரு திரும்பியது. தெருமுனைப் பாராக்காரர் மாதிரி, ஓர் ஆலமரம் இருந்தது. அதனை ஒட்டி, கப்பி ரஸ்தாவில் நடந்து போனால், ஓலைக் குடிசைகளும், சுண்ணாம்புக் காரைக்கல் கட்டடங்களும் வரும். அங்கு செங்கேணியின் வீடு இருந்தது.

உறவுக் கூட்டம் தெருவில் பெஞ்ச், மற்றும் பாய் விரித்து அமர்ந்திருந்தது. அவனையே எல்லோரும் பார்த்துக்கொண்டிருந்தது அவனுக்குக் கூச்சமாக இருந்தது. பெண்ணைப் புடவை சுற்றி, படியப் படிய, எண்ணெய் வழியத் தலைவாரி அலங்காரம் செய்திருந்தார்கள். அவள் கண்கள் தரையை நோக்கியே இருந்தன. எப்போதாவது நிமிர்ந்த அவள் விழிகளில் வெளிச்சம் பளீரிட்டுப் பார்த்தது. கீழ் உதடு, சற்று பெரியது. அழகிய மினுக்கும் கறுப்பு நிறத்தில் இருந்தாள். பஞ்சு மிட்டாய்க் கலரில், ஒரு மலிவான பட்டுச் சேலை உடுத்தியிருந்தாள்.

எல்லாமே, அவன் பார்வையில், அவன் காரியம்தான். என்றாலும், அவன் சம்பந்தப்படாமலேயே நடந்து முடிந்தது. திருமண இரவன்று, அவன் அவள் மேல் படர்ந்து தழுவினான். அவள் அவனை அனுமதித்தாள். பொய்க் கூச்சம் இல்லை. உடன்பட்டாள். ஆதரித்தாள் என்பதற்கில்லை. வேம்பும், மஞ் சளும் மணத்தன, உடம்பில். பத்மா, என்ன மணம் தருவாள் என்று நினைத்துக்கொண்டான். மணம்தான் காமம் போலும். அதனால்தான் காம விழைச்சை நுகர்தல் என்றார்களோ என்று நினைத்துக்கொண்டான். வாயில், அப்போதுதான் குடித்த பாலின் வாசனை, மார்பகத்தில், மஞ்சளும், தாளிக்கப்படாத துவரைச் சுண்டல் மணமும், உந்தியில், பச்சைப் பயிறின் வாசமும், கலந்து சுகந்தமாக இருந்தது.

பேச்சு என்பது எதன் காரணத்தாலோ, அவர்களிடம் இல்லாமல் போய்விட்டது. அதன் தொடக்கம் யார் என்பதை அவன் அறியான். காலையில் குளித்துவிட்டுத் தலை துவட்டும்போது,

தரையில் பாய் போட்டு, இலையில் இட்லிகளோ, தோசையோ, தயாராக இருந்தன. மதியம் கடையில் சாப்பாடு. விடுமுறைதான் என்றாலும், அவன் சொல்வதற்கு முன்னாலேயே, இலையில் சாதம் நிறையும். இரவும் அவ்வாறே. படுக்கையில், அவன் அவளைத் தொடத்தான் தேவை. சடுதியில் அவள் தன்னைத் தரத் தயார் நிலைக்கு வந்துவிடுவாள். மறுத்தால், வேண்டாம் என்றால், நன்றாக இருக்கும் என்று அவன் நினைப்பதுண்டு. மறுத்தல் என்பது அவள் அறியாததாக இருந்தது. இருந்தாலும், கலவியை அவள் ரசித்தாள் என்று சொல்வதற்கு இல்லை.

காலம் ஓடிவிட்டது. கூடிக் குசுகுசுத்துக் குருட்டறையில் இட்ட கருக்கள், இரு குழந்தைகளாக விளைந்தன. குளிர்ந்தும் போயின.

யோசிக்கும் வேளையில் குருடும், குருடும் குருட்டாட்டமாடி, போட்டு உடைத்த பாண்டம்போல்தான் ஆனது என்று அவனுக்குத் தோன்றியது. அவன் அமர்ந்திருந்த நாற்காலியின் நேர்ப்புறம்தான் அந்த வனம், வனத்தை அவன் எந்நேரமும் பார்த்தபடிதான் இருந்தான். அதன் நெடிய உச்சி, நெடுமால் குன்றம், திடுமென, புகை கிளம்புவதுபோல, வெள்ளை நாரைகள் அல்லது கொக்குகள் கூட்டமாகக் கிளம்பிப் பறக்கும். ஆகாயம், வெள்ளை மையால் கோடு கிழித்தாற்போல் காணும். பின்னர், கோபுரம் எனக் காணும் பறவைகள், பறவைகளாகக் கண்ணுக்குக் காணும் வரை, அவை பல்விதச் சிற்பங்களைப் போடும். பின்பு, காணாமல் போகும். அநிரந்தரம்.

எல்லாம்தான்.

இரண்டு நாட்கள் வெறுமனே மழை. சற்றுத் தூறல். திடுமென, நினைத்துக்கொண்டு, அம்மா வீட்டுக்குப் போகிறேன் என்றாள் செங்கேணி.

"போய் வாயேன்" என்றான் சுப்பு.

"என்ன திடீர்னு?"

"ஊரில் யாருக்காவது சுகம் இல்லையா?"

"பார்க்கணும்னு தோணுதா?"

எல்லாவற்றுக்கும் தலையசைப்பால் பதில் சொன்னாள் அவள். லேசாகத் தூறிக்கொண்டிருந்த ஒரு மாலை வேளையில் அவள் புறப்பட்டாள்.

"மழை விட்டதும் போயேன்" என்றான் அவன்.

அவள் புறப்பட்டாள். எங்கோ அரிசி வறுபடுகிற வாசனை காற்றில் பரவியது. சற்று தூரப் போய்த் திரும்பிப் பார்த்தாள். பிறகு போய்விட்டாள். கொஞ்சம் கொஞ்சமாகச் சமையல் பண்ணிக் கற்றுக்கொண்டான் சுப்பு. சமையல், மிக இனிமையான, பரிட்சார்த்தங்களுக்கு இடம் கொடுக்கும் வேலை என்பதை அவன் ஆச்சர்யத்துடன் புரிந்துகொண்டான். சாம்பாரைச் சாம்பாராகவும், குழம்பாகவும், இரண்டுக்கும் இடைப்பட்ட ஒரு தனிச் சுவையாகவும் பண்ண அவன் கற்றுக்கொண்டான். பூண்டு, புளி, சீரகம், வெந்தயம், மிளகு, மிளகாய் வற்றல், முதலான தினுசுகள் ஒவ்வொன்றும், தனி மணம், குணம்கொண்டவையாயும், சில சிலவோடு சேரும்போது தனிமணம் தருவதையும் அனுபவத்தில் புரிந்துகொண்டான். திடுமென, செங்கேணியை நினைத்துக்கொண்டான். அவள் போய் வரும் தையோடு ஒன்றரை ஆண்டாகப் போகிறது. தபால் எழுதினான். நேராகப் போனான். ஒருமுறை, கண்ணாற்றங் கரையில் வைத்து அவன் அவளிடம் கேட்டான்.

"என்னோடு வாழ இஷ்டம் இல்லையா?"

அவள் பேசாமல் இருந்தாள். அவனுக்குப் புரிந்தது. யாரும் யாரையும் கட்டாயப் படுத்த முடியாது.

வனத்தைப் பார்த்துக்கொண்டு யோசிக்க முடிகிறது. கஷ்டம்தான். இரண்டு பேர், முன்பின் தெரியாதவர்கள் ஒரு கூரையின் கீழ் பலகாலம், ஒருவரையொருவர் சகித்துக் கொள்வது.

அந்த நாள் முக்கியமானது. அவன் வனம் போன நாளுக்கு முந்திய பகல். வழக்கம்போல சூரியனுக்கு முன்னாலேயே எழுந்துகொண்டான். அறையைத் திறந்துகொண்டு வாசலுக்கு வந்தபோது அந்தப் பறவை, வாசல் தூண் ஓரம் அமர்ந்திருந்தது. வானத்தைப் பார்த்தபடி ஏதோ சொல்லிக்கொண்டிருந்தது அது. பிறகு இவனைப் பார்த்துச் சொன்னது. அது சொல்லியது இவன் காதுகளில் ஸ்பஷ்டமாக விழத்தான் செய்தது. பிறகு சிவுக்கென்று பறந்து மறைந்து போனது.

தோட்டம் சென்று, கிணற்றிலிருந்து நீரை முகந்து தலையில் விட்டுக்கொண்டான். சுத்தமானாற்போல உணர்ந்தான். இட்லி மாவு இருந்தது. ஓர் ஈடு ஏற்றி இறக்கினான். பொடியும் எண்ணெயும் போட்டுச் சாப்பிட்டான். கடைச் சாவிக் கொத்தை

எடுத்துக்கொண்டு, கடைக்குக் கிளம்பினான். கடையைத் திறந்து, வத்தி கொளுத்திச் சுவாமி படங்களுக்கு முன் நின்று பிறகு வத்தியைச் செருகி விட்டு நாற்காலியில் அமர்ந்தான். வனம், புதுசாக இருந்தது. ஏதோ ஊதாக் கலரில், வனம் வித்தியாசமாகக் காட்சியளித்தது. வனம் முடியும், இடத்திலிருந்து, ஒரு புகை, காற்றில்லா இடத்தில் புகையும் சாம்பிராணிப் புகை மாதிரி, நேர்க் கோடாக எழுந்து வானத்தை நோக்கிச் சென்றது. அவன் அதைப் பார்த்துக்கொண்டிருக்கும்போதே, அந்த வெள்ளைக் கோடு, நேராக வளைந்து இவனை நோக்கித் திரும்பியது.

"வா"

என்று ஓர் அழைப்பு. அவன் காதுகளில் கேட்டது. ஆண், பெண், அலி யாரின் குரலும் இல்லை அது. தெளிவான குரல். மிகவும் பரிச்சயமான குரல். மயக்கத்தில் எழும் சின்ன ஒலியினும் சன்னமாய்க் கேட்கிற சப்தம். ஆனால், செவிப்பறை கேட்கிற சப்தம். திரும்பும்போது மணியை உராசி அதன் எதிர்வினையாய்க் கோயில் மணி எழுப்பும் சன்ன நாதம். அவன் உடம்பு சில்லிட்டது. அவன் எத்தனை மணி நேரம் அப்படி இருந்தான் என்று சொல்வதற்கில்லை.

அவன், சுவரைப் பிடித்துக்கொண்டு, எழ முயன்று கொண்டிருந்தான். சுவரைப் பிடிப்பதும் விழுவதுமாக இருந்தான். அம்மா, "உம், சுவரைப் பிடிச்சுக்கோ... எழுந்து நில்லு... அம்மா கிட்ட வா, கண்ணு" என்றாள். அந்த "வா"போல இருந்தது இந்தச் சப்தம். ஒற்றைச் சப்தம்.

பள்ளிக்கூடத்துக்குப் புறப்பட்டுக்கொண்டிருந்தான் சுப்பு. அப்பா, அவன் புஸ்தகப் பையுடன், தெருவில் காத்துக் கொண்டிருந்தார். அம்மா, அவன் முகத்துக்கு 'பூதர்' மாவு பூசிக்கொண்டிருந்தாள். அப்பா, வெளியிலிருந்து "வா கண்ணு" என்று சொல்லிக்கொண்டிருந்தார். அந்த 'வா' என்பதுபோல இருந்தது இந்தச் சப்தம்.

குருக்கள் வீட்டு அம்மாள், அம்மாவுடன் பேசிக் கொண்டிருப்பாள். பேசிக்கொண்டிருந்து விட்டு, அரைப்படி அரிசி வாங்கிக்கொண்டு போவாள். சமயங்களில் பத்மாவதி வருவாள். ஒருமுறை அம்மா, "என்னம்மா வேணும்" என்று கேட்டு, எடுத்து வரச் சமையல் அறைக்குச் சென்றாள். தனியாக இருந்தாள். என்னமாவது செய்ய வேண்டும் என்கிற குறுகுறுப்பாக

இருந்தது சுப்புவுக்கு. என்ன செய்வது என்றுதான் தெரியவில்லை. அவள் அருகில் போய் கன்னத்தைக் கிள்ளி விட்டு அறைக்குள் புகுந்துகொண்டான் சுப்பு. இது நடந்து, ஏழெட்டு நாட்கள் இருக்கும். மழைக்காலம் என்று நினைவுக்கு வருகிறது. அவன், பத்மாவதி வீட்டுக்குச் செல்கிறான். நெய் உருக்க, முருங்கை விழுது கொய்துகொண்டு வரச் சொல்லி இருந்தாள் அம்மா. "பத்து, கொழந்தைக்கு முருங்கைக் கொழுந்து கொய்து கொடு" என்கிறாள் அம்மாள். "வா" என்றபடி தோட்டம் அழைத்துப் போகிறாள், பத்து. துளசி மாடம். அதன் மேற்கால் முருங்கை மரம். கிளையை வளைத்து, ஒரு நீளக் கொம்பையே உடைத்துக் கொடுக்கிறாள் பத்து.

"அன்னைக்கு என்ன பண்ணினே, துஷ்டப் பையா" என்றபடி, அவனை இழுத்துக் கன்னத்தில் அழுந்த முத்தம் பதிக்கிறாள் அவள்... "அப்புறமா, வா!" என்கிறாள்.

அந்த 'வா' வா?

கடைப் பையனை அழைத்தான்.

"நான் போகணும். கடையை மூடிக்கோ. நாளைக்கு நீயே கடையைத் திறந்துக்கோ!

பையன் விழித்தான்.

வெயில் தாழ்ந்திருந்தது. எழுந்தான் சுப்பு. வனத்தை நோக்கி நடக்கத் தொடங்கினான். யாரும் சுப்புவைப் பார்க்கவில்லை.

2002

ருசி

ராவுஜி மெஸ்ஸுக்கு இனி நான் சாப்பிடப் போவதில்லை என்று நான் எடுத்த முடிவை இருளாண்டியாலும் வரதராஜனாலும் புரிந்து கொள்ள முடியவில்லை.

கல்லூரி வாசலுக்கு நேர் எதிரில் ராவுஜி மெஸ். சாப்பாட்டுக்கென்று மதிய வெயிலில் வெந்துகொண்டு நடக்க வேண்டிய அவசியமில்லை. வகுப்பை விட்டு வெளியே வந்தால் தூங்கு மூஞ்சி மரநிழல், நிழலில் நனைந்துகொண்டே சரியாக மூணு நிமிஷம் நடந்தால் திருவையாறு மெயின் ரோடு. ரோட்டைக் கடக்க மூன்று விநாடி. ராவுஜி மெஸ்ஸில் காலை வைத்தால், தஞ்சாவூர் தாட் இலை விரித்துக்கொண்டு கிடக்கும் வருகிறவனை நோக்கி.

"இன்னாடா, சுத்தக் கிறுக்குப் பயலா இருக்கியே... வயிறு பசிக்க மூணாவது நிமிஷத்துல இலைக்கு முன்னால் உக்காரலாம். இந்த மெஸ்ஸை விட்டுட்டு எங்க போகலாங்கிறே... நாலு பர்லாங் தூரமாச்சும் நடக்கணுமே. வேறே மெஸ்ஸுக்கு" என்றான் இருளாண்டி.

நான் உறுதியாகத் தெரிவிக்க, தெற்கலங்கத்தில் இருக்கிற பச்சை மாமி மெஸ்ஸுக்கு நாங்கள் மாற்றிக்கொண்டோம்.

ராவுஜி மெஸ் அப்படி ஒன்றும் மோசமில்லை. உட்காருகிற பந்திப் பாய் முதல், பரிமாறுகிற எவர்சில்வர் பாத்திரங்கள் வரை புத்தும் புதுசாய், குளித்து விட்டு நிற்கிற குழந்தை மாதிரி பளிச்சென்றுதான் இருக்கும். தாராளமாய் விட்டு நறுக்கிய தலைவாழை இலைதான் போடுவார். உடல்

சுத்தம் ஓம்புவதில் ராவுஜி ஒரு பூனை மாதிரி. எத்தனை சூடாக எடுத்துப் பரிமாறினாலும் எத்தனைப் பேருக்குப் பந்தி வைத்தாலும் வியர்வை வழியாத தேகி அவர். சட்டை அறியாத உடம்பு; முழங்கால் வரை இறக்கிக் கட்டிய கரை போட்டத் துண்டு; எப்பவும் நெற்றியில் துலங்கும் நாமம்; நிரந்தரமாகத் தங்கி விட்ட 'பாவ'மற்ற சிரிப்பு; இவரே ராவுஜி. அனைத்துக்கும் மேலாக, எனக்குகந்த அசைவ மெஸ் அது. உள்ளங்கையும் விரல்களும் சேர்ந்தாற் போன்ற அகல அகலமான வஞ்சிர, மடவை மீன் வறுவலுக்கு ராவுஜியை விட்டால் தஞ்சாவூர் சீமையில்தான் வேறு நாதி ஏது? ஒருவில்லை மீனும், ஒரு துண்டு கறியும் இன்றி அது என்ன சோறு?

ராவுஜியிடம் இவை எல்லாம் எனக்குப் பிடித்துத்தான் இருந்தன. எனக்குப் பிடிக்காதவைகளும் அவரிடம் இருந்தன. இலைக்கு முன் உட்கார்ந்து காத்திருந்தால், ஆவி பறக்கும் பெரிய தாம்பாளச் சோற்றுக் குவியலுடன் அடுப்பங்கரையிலிருந்து வருகிற மனிதர், அப்படியே தட்டத்தை இலை முன் சாய்த்து ஒரு வெட்டு வெட்டுவார். வெடி குண்டு வைத்துச் சாய்க்கப்பட்ட மண்மலை மாதிரி சோறு இலையின் நீள அகலத்துக்கு அப்படியே குவிந்து விடும். ராவுஜி சோற்றால் அடித்த மாதிரி ஆவி முகத்தில் அடிக்கும். அந்த ஆவி அடங்குவதற்குள், மூக்கு வைத்த குழம்புக் குண்டானைத் தூக்கிக்கொண்டு வந்து விடுவார். சாதத்தைத் தொட்டுக் கிளர்த்தி விடுவதற்குள் ஜலதாரை, கொடகொடவென்று குழம்பைக் கவிழ்த்து விட்டுப் போயே விடுவார். இலையை விட்டு எப்படியேனும் வழிந்தோடி விடுவது என்னும் தீர்மானத்தோடு ஓடுகிற குழம்பைப் பிடித்து நிறுத்துகிற பாடு, ஒரு பெரும் பாடு! ஒரு வகையாய்க் குழம்பைச் சமாளித்து முடிப்பதற்குள் இரண்டாம் முறை கூட்டுப் பொரியல் தூக்கு வந்துவிடும். நான் கூட்டுப் பொரியலைத் தொட்டே இருக்க மாட்டேன். ஆகவே தூக்கு என்னைக் கடந்து விடும். சாமர்த்தியசாலிகள் பலர் இலைப்போட்டு கூட்டு, பொரியல் பரிமாறப்பட்ட நிமிஷத்துக்கும், சாதம் கொட்டப்படும் நிமிஷத்துக்கும் இடைப்பட்ட நேரத்துக்குள் கூட்டுப் பொரியலை வெறும் வாயில் தின்று தீர்த்துவிட்டிருப்பார்கள்.

இவை என்னால் சகிக்க முடியாதவை. எனக்கு முகம் பார்த்துப் பரிமாற வேண்டும். காக்கைக்குச் சோறு படைக்கிற அளவில், முதலில் கொஞ்சம் சோறு, அப்புறம் அளவான குழம்பு; வழிந்து ஓடாத குழம்பு. நான் நிதானமாக சாப்பிட்டு முடித்தவுடன்

மிகக் கொஞ்சம்போலச் சோறு கட்டாயம் இலைக்குள்ளேயே நிற்கிற அளவில் ரசம். வேண்டும்போது கொஞ்சம்போலப் பொரியல் கூட்டு எவ்வளவு அழகாக இருக்கும்.?

“என்னடா இப்படி முட்டாள்தனமா பேசறே. ராவுஜி உனக்குப் பொண்டாட்டியா? உன் பக்கத்துல உக்கார்ந்து விசிறி வீசிக்கிட்டு, உன் சௌகர்யம் பாத்துச் சோறு போடட்டுமா என்று உபசரிக்க. அவர் நூறு பேத்தைக் கவனிக்க வேண்டாமா?” என்றான் இருளாண்டி.

“கட்டாதுதான்... நாம இடத்தை மாத்திக்குவோமே...”

பச்சை மாமி மெஸ்ஸில் சேர்ந்தோம். மாமிக்கு எப்படி அப்பெயர் வந்தது என்று எனக்குத் தெரியாது. நான் ஊகித்துக்கொண்டது இப்படி. மாமி எப்பவும் பச்சைச் சேலையே உடுத்திக்கொண்டிருந்தாள். பார்க்கும் போதெல்லாம் பச்சையாகவே காட்சித் தருவதால் பச்சை ஆமாமி ஆனாள் போலும். உணர்வுபூர்வமாக விரும்பி அந்த வண்ணத்தை அவள் தேர்ந்தெடுத்தாளா அல்லது எதேச்சையாக அப்படி அமைந்ததா என்று தெரியவில்லை. பச்சை மாமி என்கிற பெயர் வழக்கு ஏற்பட்டவுடன், வந்து விட்ட பெயருக்கு ஏற்ப, அல்லது பெயரைக் காப்பாற்றிக் கொள்ளப் பச்சையையே தொடர்ந்து அணியத் தொடங்கினாள்.

மாமியின் நிறம் குடகு ஆரஞ்சு. வாய் வார்த்தை அதன் சுளை. மாமா, ஏதோ ஓர் ஓட்டலில் சரக்கு மாஸ்டராக இருந்து விட்டு ‘அவசரமாக’ப் போய்விட்டார். மாமா இருக்கும் போதே வேண்டியவர்களுக்கு என்று ஆரம்பித்துச் சமைத்துப் போடுவது மாமாவுக்குப் பிறகு அவளுக்குத் தொழிலாகி விட்டது. ‘கோமளா’ என்று பனிரெண்டு வயசுப் பெண், தூரத்து உறவுக்காரப் பையன் இவர்களைக் கொண்டு சமாளித்துக்கொண்டு வந்தாள் மாமி.

ரேழியில் செருப்பை விடும் போதே, ‘வாங்கோ’ என்பாள் மாமி. அனேகமாக முதல் கஷ்டமராக நான்தான் இருப்பேன். ஆறு ஐம்பத்தைந்துக்கு நான் அங்கு போய்விடுவேன். கூட்டத்தை தவிர்க்கத்தான். பெருக்கிச் சுத்தப்படுத்திய கூடத்தில் தடுக்குப் போட்டு, இலை போடுவாள் மாமி. நான் ஒருத்தன்தான். பெண்களின் காதோரச் சுருள் முடி மாதிரிச் சுரண்டு விழும் பச்சையும் மஞ்சளும் ஆன குருத்திலையை அவள் விரிக்கையில் பார்க்கவே அது எவ்வளவு அழகாய் இருக்கும்? அந்தப் பசிய இலைக்கு மேலே வட்ட வட்டமான இரண்டு இட்டலிகளைக்

கற்பனை செய்து பாருங்கள். உணவு முதலில் கண்ணுக்கு அழகு சேர்க்க வேண்டும். பிறகுதான் உடலுக்கு. ஒரு இட்டிலிக்கு நான் பத்து நிமிஷம்கூட எடுத்துக் கொள்ளலாம். ம்ம்... சீக்கிரம் என்று பந்தியில் எனக்குத் தார்க்குச்சி போட எவரும் இல்லை. சாவதானமாகச் சற்று தூரத்தில் உட்கார்ந்துகொண்டு மதியத்துக்கான காய்கறிகள் அரிந்துகொண்டிருப்பாள் மாமி. தலையில் ஈரம் உறிஞ்சத்துணி சுற்றியிருப்பாள். முதுகு நனைந்து கச்சென்று பிடித்துக்கொண்டிருக்கும்.

மனிதர்களைப் புரிந்து கொள்வதில் மாமி ஒரு சூரி. என் ருசியை அவள் நன்கு அறிவாள். ருசியை அறிவது மனிதர்களை அறிவது. பாம்புக்கும் மனிதனுக்கும் வித்தியாசம் இருக்க வேண்டும். பாம்பு, தவளையை விழுங்குவது மாதிரி மனிதன் சோற்றை விழுங்கக்கூடாது. அவசர அவசரமாக வழித்துப் போட்டுக்கொண்டு, அவசர அவசரமாகப் படுத்து, அவசர அவசரமாகப் பிள்ளைப் பெற்று, அவசர அவசரமாகச் செத்துப் போவதற்கு மனிதப் பிறவி எதற்கு?

"இதான் சரி, ஆற அமரச் சாப்பிடுங்கோ. தேவையானதைக் கேட்டு வாங்கிச் சாப்பிடுங்கோ..." என்பாள் மாமி. ஒரு வேளை போகாமல் இருந்தால், "என்ன உடம்புக்கு?" என்று கரிசனமாக விசாரிப்பாள். அந்த விசாரிப்பில் வியாபார்த்தம் இருந்தது இல்லை. கஷாயம் மாதிரி ஒரு மிளகு ரஸம் வைத்துக் கொடுப்பாள். "சொல்லியிருந்தால் நாணா கிட்ட சாப்பாடு கொடுத்து அனுப்பி வைச்சிருப்பேனே" என்றும் கூறுவாள்.

"என்னடா சாப்பாடு இது... காரமும் இல்லை, உப்பும் இல்லே... ஏதோ பத்தியச் சோறு போடற மாதிரி" என்று இருளாண்டி அலுத்துக்கொண்டான். உணவு என்பது அவனுக்குக் காரசாரம்.

"மாமி சாப்பாடு நல்லாயிருக்கோ இல்லையோ, மாமி நல்லா இருக்கா." என்றான் வரதராஜன். எனினும் இருளாண்டியும் வரதராஜனும் சங்கரன் மெஸ்ஸுக்கு மாற்றிக்கொண்டார்கள். நான் பச்சை மாமி மெஸ்ஸை ஆதரித்தேன். "இன்னைக்குச் சங்கரன் மெஸ்ஸுல சுறா புட்டு ச்ச்ச், என்னா பிரமாதமா இருந்தது தெரியுமா...? தெரியாமேதான் கேக்கறேன்... எதுக்குடா அந்த வாழத்தண்டு மெஸ்ஸைக் கட்டிக்கிட்டு மாரடிக்கிறே..." என்றான் இருளாண்டி.

என்மீதுள்ள பரிவினால்தான் கேட்டான்.

"அது இல்லப்பா விஷயம்... பச்சை மாமி இவனுக்கு மட்டும் கண்ணடிச்சிருக்கா... இல்லேன்னா இவன் இப்படிப் படி படியாக வழிய வழிய அலைவானா?"

"கிழவியைச் சுத்தறான் ஒரு வயசுப் பையன்னா, மாணவ குலத்துக்கே இழுக்குடா வைத்தி. தஞ்சாவூர்க்காரன் சொல்றா மாதிரி யாராச்சும் கேட்டா வழிச்சுக்கிட்டுச் சிரிப்பாங்க..."

மாலை உலாவுக்குத் தயாராகிக்கொண்டிருந்தோம். நேராக ராமையர் கிளப்பில் டிபன். அப்புறம் பஸ் ஸ்டாண்டு வாசலில் நின்று கல்லூரி விட்டு வரும் பெண்களைப் பராக் பார்த்தல். அப்புறம் ஏதாவது ஒரு சினிமா என்று திட்டமிட்டிருந்தோம்.

நான் தலைவாரிக்கொண்டிருந்தேன். வரதராஜன் ஜட்டியோடு உடம்புக்குப் பவுடர் போட்டுக்கொண்டிருந்தான். இருளாண்டி முகத்துக்கு லாக்டோ – காலமைன் பூசிக்கொண்டிருந்தான்.

கதவு தட்டப்படும் ஓசை கேட்க, நான்தான் போய்க் கதவைத் திறேந்தேன். ஆச்சர்யம் மாமி நின்றிருந்தாள்.

"வாங்க மாமி... வாங்க, வாங்க..." என்றேன். மாமி கையில் எண்ணெய்த் தூக்கு இருந்தது. வரதராஜன் ஒரு கணத்துக்குள் கைலியை எடுத்துச் சுற்றிக்கொண்டு நின்றான்.

"வாங்க மாமி..." என இருளாண்டியும் வரவேற்றான்.

"சும்மா இந்தப் பக்கம் செக்கடியில் எண்ணெய் வாங்க வந்தேன்... அப்படியே இங்கதான் நீங்க எல்லாம் இருக்கேள்னு பாத்துட்டுப்போலாம்னு வந்தேன்..." என்று கண்ணால் அறையைச் சுற்றிப் பார்த்தாள். குவியல் குவியலாக அழுக்குச் சட்டைகள், பேன்டுகள், அவிழ்த்து எறிந்த ஜட்டிகள், பனியன்கள், அப்படி அப்படியே பிடித்து எறிந்த சிகரெட் துண்டுகள். எங்களுக்கே எங்கள் அறை திடீரென்று ஆபாசமாகத் தோன்றியது. இருளாண்டி அவசரமாகக் கையில் கிடைத்த ஜட்டிகளை, துணிக் குவியலுக்குள் நுழைத்து மறைத்துக்கொண்டிருந்தான்.

"உக்காருங்க மாமி" என ஒற்றைக் கட்டிலின் மூலையைக் காட்டினேன். மாமி உட்கார்ந்துகொண்டாள். மாமி எப்போதும் பச்சை நூல் புடவைதான் அணிந்த ஞாபகம். இன்று மெல்லிய பச்சை நைலக்ஸ் அணிந்திருந்தாள். வெள்ளை ஜாக்கெட்டில், அந்த மினுங்கும் புடவையில் மாமி ஏதோ ஆராய்ச்சி மாணவி மாதிரி அல்லது அலுவலக அதிகாரி மாதிரி காட்சியளித்தாள்.

வரதராஜன் ஸ்டவ்வைப் பற்ற வைக்கத் தீப்பெட்டியை எடுத்தான். மாமி கேட்டாள்.

"என்ன பண்ணப் போறே?"

"உங்களுக்கு டீ போடப் போறேன்."

"வேண்டாமே... நான் டீயே சாப்பிடறதில்லை."

"காபி."

"இப்ப வேணாம்."

"நாங்க உங்க கையால சாப்பிடலாம். நீங்க எங்க கையால சாப்பிடக்கூடாதா?"

மாமி பக்க வாட்டில் எனக்குத் தெரிய இருந்தாள். அவளுக்குச் சிங்கப்பல் இருப்பது அப்போதுதான் எனக்குத் தெரிந்தது.

"சரி கடுங்காப்பிப் போடு..."

என்னவோ யோசித்தபடி ஊதி ஊதிச் சாப்பிட்டாள்.

"வரட்டுமா..." என்று கிளம்பியவள், என்னைப் பார்த்து "ஒரு நிமிஷம் வரலாமா?" என்று முன்னால் நடந்தாள். மொட்டை மாடியில் வந்ததும் துணி காயப்போடும் கயிறைத் தூக்கிக் குனிந்து வெளியேறியபடி "நாளைக்குத் தீபாவளியாச்சே... ஊருக்குப் போவலையா" என்றாள்.

"போகலை மாமி."

"அப்போ சாப்பாட்டுக்கு என்ன பண்ணப் போறாப்பலே."

"தெரியல்லே... ஏதாவது பழம் கிழம் வாங்கிச் சமாளிக்க வேண்டியதுதான்."

"கிழத்தை எதுக்குப் போய் வாங்கறது... நாளைக்கு வழக்கம்போல மெஸ்ஸுக்கு வாங்கோ"

"அப்போ லீவ் இல்லையா"

"உங்களுக்கு மட்டும் மெஸ் எப்போதும் இருக்கும்" மாமி போய்விட்டாள். வரதராஜனும், இருளாண்டியும் அறையைப் பூட்டிக்கொண்டு வரும் வரை என்னை மறந்து அங்கேயே நின்றுகொண்டிருந்தேன்.

அந்தத் தீபாவளி எனக்கு மாமி மெஸ்ஸில். ஊர் பட்டாசு வெடித்து புத்தாடைப் பூண்டுப் பலகாரம் சுட்டுச் சாப்பிட்டுக்கொண்டிருந்தது. காலையும் மதியமும் மாமி

எனக்கு ஸ்பெஷலாகச் சமைத்துப் பரிமாறினாள். இலையில் போடப்பட்ட பாயசத்தில் முந்திரியோடு சிரத்தையும் மிதந்தது. உணவு சாப்பிடுகிறவருக்கும் சமைத்தவருக்கும் இடையேயான சத்துள்ள பாஷை.

சாயங்காலம் போயிருந்தபோது மாமி, "ராத்திரிக்கு என்ன பண்ணட்டும்" என்று என்னிடமே கேட்டாள்.

"எதானாலும்."

"எதானாலும்மா? நான் எது பண்ணினாலும் சாப்பிடும்போல"

"ஓ…"

"அங்க பிடிச்ச மாதிரி எனக்கு மாமிசம் சமைக்கத் தெரியாது."

"மாமிசம் மட்டும்தானா சாப்பாடு."

"ருசின்னு ஒன்னு இருக்கோல்லியோ."

"எல்லாப் பழக்கமானா சரியாயிடும்."

வத்தக் குழம்பு பண்ணியிருந்தாள். கூட்டு மாதிரி கெட்டியான, பூனைக் கண் மாதிரி எண்ணெய் மினுங்குகிற குழம்பு. உடன் கொத்தவரை வற்றலும், தேங்காய்ப் பூண்டுத் துவையலும் பண்ணியிருந்தாள்.

இரண்டு கால்களும் ஒன்று சேர்த்து வைத்து, கோடலி முடிச்சிட்ட கூந்தல் முன் வந்து சரிய, மாமி குனிந்து பரிமாறினாள். அழகான பாதங்கள் அவை. நகம் ஓரம் அழுக்கின்றி, வெண்டைப் பிஞ்சு மாதிரி வளர்ந்திருந்தன விரல்கள்.

"என்ன காலைப் பாக்கறது?"

பொய் சொல்ல வேண்டாமே. "உங்க விரல் வெண்டைக்காய் பிஞ்சு மாதிரி இருக்குன்னு நினைச்சேன்."

மாமி அப்படியே உட்கார்ந்து தலையைக் கவிழ்ந்துகொண்டு உடம்பு குலுங்கச் சிரித்தாள். விழுந்து புரளாத குறை.

"பாவம், எனக்காக உங்களுக்குச் சிரமம். வருஷம் முழுக்கக் கிடந்து வேகறீங்க. இன்றைக்கும், உங்களுக்கு ரெஸ்ட் இல்லை."

"முடியறது பண்றேன். உடம்பு மொழுமொழுன்னு இருந்தா ஆச்சா… யாருக்கானும் உபகாரப்பட்டாதானே உடம்பு."

"கோமளா வர நாளாகும்போல."

பிரபஞ்சன் | 157

"தாத்தா சீக்கிரம் விட்டுடுவாரா? மகள் வயித்துப் பொண்ணாச்சே. இந்த நாணாவும் இன்னும் ரெண்டு நாளாவது ஆகும். வரட்டும் சின்ன குழந்தைங்க. சந்தோஷமாக இருந்துட்டு வரட்டும். என்னைக்குந்தான் இருக்கவே இருக்கு அடுப்பும் கரியும்"

கையைக் கழுவிக்கொண்டு "வரட்டுமா" என்றேன்.

"இருக்கட்டுமே... என்ன அவசரம்... சித்தே மொட்டை மாடிக்குப் போயி உக்காந்துட்டுப் போறது" என்றாள் மாமி, நிலைப்படியைப் பார்த்துக்கொண்டு.

விடிந்தது தெரிந்தது. கீழே தெருவில் நடமாட்டம் தொடங்கியிருந்தது தெரிந்தது. யார் வீட்டிலோ தண்ணீர்த் தெளிப்பது கேட்டது. விருட்டென்று எழுந்து உட்கார்ந்தேன். கையெட்டும் தூரத்தில், உடம்பு ஒற்றை ஆள் மெத்தையில், கையும் காலும் தரையிலும், உடம்பு மட்டும் மெத்தையிலுமாக மாமி உறங்கிக்கொண்டிருந்தாள். வெறுமே அள்ளிப் போர்த்திய துணி விலகியிருந்தது. போர்வை எடுத்து மாமிக்குப் போர்த்தி விட்டேன். பனி பெய்துகொண்டிருந்தது. சத்தம் எழுப்பாமல் கீழே வந்து கதவைத் திறந்து வெளியே வந்தேன். கதவை மீண்டும் சாத்தி வைத்தேன்.

மனசு குறுகுறுத்தது. யாரும் பார்க்கிறார்களா என்று கவனித்தேன். மனிதர் யாரும் பார்க்கவில்லை. இறங்கித் தெருவில் நடந்தேன்.

மாமியை நினைக்கையில் கொஞ்சம் வருத்தமாய் இருந்தது. எல்லாம் ஓர் ஒழுங்கான சரடிலேயேச் சென்று முடிந்ததை உணர்ந்தேன். என் முதல் பெண் சினேகிதியை, நெஞ்சில் வைத்துக்கொண்டு நடந்தேன்.

குழந்தைகள் வெடித்த பட்டாசுத் தாள்கள் தெருவை அடைத்துக் கிடந்தன.

அறை நண்பர்கள் எங்கோ போயிருந்தார்கள். ஆறுதலாய் இருந்தது. யாரையும் முகம் பார்க்கச் சங்கடப்பட வேண்டிய அவசியம் இல்லை. அனாவசியமாய்ப் பொய் சொல்ல வேண்டிய அவசியமில்லை.

குளித்தேன். அழுக்குத் தீர வேண்டுமெனக் குளித்தேன். எல்லா அழுக்கும் களைந்து போக வேண்டும் என குளித்தேன். குளித்தால் அழுக்குப் போய் விடுமா என்ன என்றும் இருந்தது.

தலைத் துவட்டிக்கொண்டு கட்டிலில் உட்கார்ந்தேன். காலைக் காற்று ஜன்னல் வழி மிக இனிமையாக வந்துகொண்டிருந்தது. தலை 'விண்விண்' என்று தெறித்தது. மனசில் எல்லையற்றக் கவலையும் பச்சாதாபமும் மேலோங்கின. இந்த அவஸ்தைக்கு வித்திட்டது யார் என்று எனக்குள் கேள்விகள் கிளைத்தவாறு இருந்தன. நானா?

எனக்கும் பங்கு இருந்தது இந்தக் காரியத்தில். அவள்தான் என்று தள்ளிவிட மனம் முயன்றது. இந்த மனசுதான் எவ்வளவு குரூரமானது. தப்பைப் பிறர் மேல் மட்டுமே சுமத்துவதில் இது எவ்வளவு அக்கறையாக இருக்கிறது?

நிகழ்ச்சிகளை மீண்டும் மனசுக்குள் கொண்டு வர முயன்றேன் கசந்தது.

சட்டையை மாட்டிக்கொண்டு மாமி மெஸ்ஸை நோக்கி நடந்ததேன். கூடத்தில் செருப்பை விட்டு விட்டு உள்ளே நுழைந்தேன். மாமி வாசல் தூணில் சாய்ந்துகொண்டு, அங்கிருந்து தெரியும் வானத்தைப் பார்த்துக்கொண்டிருந்தாள்.

நிழலாடியது கண்டுத் திரும்பியவள் என்னைப் பார்த்தாள்.

புருவம் உயர "என்ன?... வாங்கோ..." என்றாள்.

நானும் அவள் பக்கத்தில் சற்றுத் தள்ளி உட்கார்ந்தேன். மாமியின் முகத்தைத் தவிர்த்தேன்.

இருவருமே பேசுவதற்கு ஒன்றுமில்லாமையை உணர்ந்தோம். நான்தான் தொடங்கினேன்.

"மன்னிக்கணும்..."

"எதுக்கு..."

"உம்... நான் உங்களைப் பயன்படுத்திக்கிட்டேன்னு நீங்க நினைச்சுக்கக்கூடாது..."

"பச்... நான் அல்லவா அப்படி நினைக்கணும்... என் பசிக்கு உங்களை– ஒரு சின்ன வயசுப் பிள்ளையைத் தின்னுட்டேனோன்னு பச்சாதாபப்பட்டுக்கிட்டு இருக்கேன்."

"மனசுல ஒன்றும் வச்சுக்காதீங்க..." என்றவாறு குனிந்துகொண்டாள். அவள் குலுங்கி அழுவது தெரிந்தது.

1985